อย่าปล่อยฉัน

ตำนานรักท่ามกลางธรรมชาติ

เรื่องราวความรักของเด็กชายจากประเทศไทย

(*พยายามเดินตามรอย* Eric Segal)

Translated to Thai from the English version of

Do Not Leave Me

Spondon Ganguli

Ukiyoto Publishing

สงวนลิขสิทธิ์การเผยแพร่ระดับโลกโดย
บริษัท Ukiyoto Publishing
เผยแพร่ในปี พ.ศ. 2023

ลิขสิทธิ์เนื้อหา © Spondon Ganguli

หมายเลขสากลมาตรฐานหนังสือ
ISBN: 9789359205564

สงวนลิขสิทธิ์ทั้งหมด
ไม่อนุญาตให้ทำสำเนาส่วนใดของผลงานนี้ โดยวิธีการใด ๆ เช่น
การถ่ายโอน เก็บรักษาในระบบการคืนค่าข้อมูล โดยวิธีทางอิเล็กทรอนิกส์
การกลึงกลึน การบันทึกหรือวิธีอื่น ๆ
โดยไม่ได้รับอนุญาตล่วงหน้าจากผู้จัดพิมพ์
สิทธิของผู้แต่งถูกยืนยันไว้
นี่เป็นผลงานเพิ่มเติม ชื่อ ตัวละคร กิจการ สถานที่ เหตุการณ์ สถานที่เกิด
เป็นผลิตภัณฑ์ของจินตนาการของผู้แต่งหรือใช้เพื่อการจินตนาการ
ความคล้ายคลึงในลักษณะบุคคลจริงหรือคนที่เสียชีวิต หรือเหตุการณ์จริง ๆ
เป็นความเหมือนกันเพียงครั้งเดียว
หนังสือนี้ขายโดยมีเงื่อนไขว่า
ไม่อนุญาตให้ถูกนำไปใช้เพื่อการค้าหรือเช่าเป็นพื้นฐาน หรือมิฉะนั้น
โดยไม่ได้รับความยินยอมล่วงหน้าจากผู้จัดพิมพ์
ในรูปแบบการเข้าเล่มหรือปกอื่น ๆ นอกจากที่เผยแพร่ไว้ในเวลานั้น

www.ukiyoto.com

กิตติกรรมประกาศ

ก่อนทุกสิ่ง ข้าพเจ้าขอขอบคุณ **พระเจ้าผู้ทรงฤทธานุภาพ** ที่ประทานกำลัง ความรู้ ความสามารถ และโอกาสในการเขียนเรื่องนี้

ชีวิตไม่เคยราบรื่นสำหรับฉันหรือเป็นที่ชื่นชอบ ถึงกระนั้น แม้จะมีสถานการณ์ที่แปลกประหลาดและไม่เป็นที่พอใจอย่างมาก ฉันก็ไม่เคยหยุดเขียนบางสิ่งเพราะมีคนที่มีชื่อเสียงเพียงไม่กี่คนที่ฉันได้รับในชีวิตในฐานะเพื่อนสนิทและผู้หวังดี ถ้อยคำแห่งปัญญาและแรงจูงใจของพวกเขาไม่เคยทำให้ฉันหยุดเส้นทางการประพันธ์นี้ พวกเขายังเป็นคนแรกของฉันและเป็นนักวิจารณ์ที่คลั่งไคล้มากที่สุด – นาง Papia Ghosh (Pal), Dr. Janardan Ghosh และ Mr. Satadal Lahiri ซึ่งฉันเชื่อว่าแนวคิดและข้อเสนอแนะได้เพิ่มคุณค่ามหาศาลให้กับงานของฉัน ฉันขอขอบคุณคุณผู้หญิงและท่านทุกท่านที่ให้การสนับสนุนงานเขียนของฉันเสมอมา

ผมต้องขอขอบคุณคุณอาชิส มุกเคอร์จี นักวิจารณ์ภาพยนตร์และหนังสือ และผู้ก่อตั้งศูนย์โยคะรพินทรนาถ ฐากูร - ศานตินิเกตัน ที่เจียดเวลาจากตารางงานที่ยุ่งเพื่ออ่านเรื่องราวของผมและเขียนบทความให้กำลังใจ ท่านขอบคุณสำหรับความช่วยเหลือแบบนี้

ฉันรู้สึกขอบคุณคุณ Ishan Agrawal ที่ยอมสละเวลาอ่านเนื้อหาแก้ไขหนังสือให้เป็นรูปแบบปัจจุบันด้วยความพยายามอย่างไม่ลดละ ฉันยังรู้สึกขอบคุณคุณ Kaushik Pal ที่ให้รายละเอียดเกี่ยวกับกรุงเทพฯ และประเทศไทยแก่ฉัน โดยที่ฉันไม่จมอยู่กับการค้นหาข้อมูลบนอินเทอร์เน็ต

ฉันรู้สึกขอบคุณคุณ Rwik Ghosh
ที่ช่วยฉันด้วยความคิดและความคิดของเขาซึ่งอยู่ในรูปแบบของบทสนทนาในเรื่องราวของฉัน
ฉันรู้สึกขอบคุณพวกคุณทุกคนสำหรับความช่วยเหลือและการสนับสนุนที่เสียสละเพื่อให้เรื่องราวนี้เสร็จสมบูรณ์

ฉันมีหน้าที่ขอให้นายอาปาบริโต โกสวามี
อดีตนักเรียนและศิลปินของฉันช่วยฉันร่างภาพสถานที่น่าสนใจในประเทศไทยที่สวยงาม ฉันมีหน้าที่ต้องให้คุณ M. Satya Rama Krishna ออกแบบหน้าปกหนังสือของฉัน

และขอขอบคุณเป็นพิเศษสำหรับ Mr. Rahul Badami
นักเขียนนิยายและ Amazon Best Seller
คำแนะนำและข้อเสนอแนะอันมีค่าของคุณทำให้นวนิยายของฉัน
มีโครงสร้างที่เป็นระเบียบและประกอบด้วยองค์ประกอบที่ดี
โดยปราศจากซึ่งฉันจะไม่มีทางกล้าที่จะนำเสนอรูปแบบปัจจุบันให้กับเรื่องราวของฉัน

สุดท้ายนี้ ฉันรู้สึกขอบคุณและขอบคุณคุณสมบัตลาและชุมชน
AFH ของเขาที่ให้การสนับสนุน ความช่วยเหลือ
และคำแนะนำตลอดมาในการเดินทางสู่ตำแหน่งนักประพันธ์ของฉัน

สำนักพิมพ์อุกิโยโตะขอขอบคุณอย่างจริงใจที่สุดสำหรับการแปลหนังสือเล่มนี้เป็นภาษาไทย หากไม่มีพวกเขา
หนังสือเล่มนี้คงไม่มีทางเป็นจริง ได้

สปอนดอนกังกูลิ

คำนำโดย
ดร. จานาร์ดาน โกช

นักวิชาการ นักแสดง และนักเล่าเรื่อง

ผู้ช่วยสอนและวิจัย

Ramakrishna Mission Vivekananda University, Belur

หมายเหตุจากขอบ:

มายา แองเจลู
กวีผู้ยิ่งใหญ่และเป็นตัวแทนของเสียงผู้หญิงร่วมสมัยกล่าวว่า
"ไม่มีความเจ็บปวดใดจะยิ่งใหญ่ไปกว่าการแบกรับเรื่องราวที่ไม่มีใครบอกเล่าภายในตัวคุณ" ดังนั้น
เรื่องราวที่ไม่มีใครบอกเล่าจึงกลายเป็นการเฉลิมฉลองเมื่อมันออกจากครรภ์เหมือนเด็กแรกเกิด
เรารู้สึกถึงความสุขของความต่อเนื่องที่มีอยู่
เรารู้ด้วยว่าเราประกอบขึ้นจากเรื่องราวและเราเป็นผู้สร้างเรื่องราว
การดำรงอยู่ทั้งหมดของเรามีรากฐานมาจากเรื่องราวมากมาย
อย่างไรก็ตาม
คำถามคือจะเกิดอะไรขึ้นเมื่อคุณป้อนเรื่องราวของคนอื่น
มันคือเวทมนตร์ มันคือโลกมหัศจรรย์....

ฉันมีประสบการณ์คล้าย ๆ กันในการเผชิญหน้ากับโนเวลลา
อย่าทิ้งฉันไป เป็นเรื่องราวความรักที่เขียนโดย Spondon
Ganguli Mr. Ganguli สานเรื่องราวของความสัมพันธ์
ความทุกข์ยาก
และความอิ่มอกอิ่มใจในชนบทอันงดงามของประเทศไทย
เขาพาเราผ่านเขาวงกตของอารมณ์ความรู้สึกของมนุษย์และนำเ

สนอเหตุการณ์แปลกประหลาดและผลที่ตามมาที่ไม่น่าเชื่อ
ตัวละครสร้างช่วงเวลาอันน่าพิศวงนับไม่ถ้วนเหนือความหวาดกลัวทางโลกของเรา
ก่อนที่จะแนะนำให้รู้จักกับงานศิลปะที่น่ารักชิ้นนี้
ฉันต้องบอกคุณบางอย่างเกี่ยวกับบุคคลที่เปิดเผยเรื่องนี้อย่างสมบูรณ์

Spondon Ganguli
เป็นคนที่อ่อนน้อมถ่อมตนและมีทักษะหลากหลายและพรสวรรค์ที่พระเจ้ามอบให้ในด้านศิลปะสร้างสรรค์ เขาเป็นนักเขียน
นักสร้างสรรค์ กวี และนักวิชาการ
เขารักการสอนและเป็นคนพิเศษที่ควรอยู่ด้วย
เขายังขลุกอยู่กับดนตรีและการแสดงอีกด้วย ในฐานะนักเขียน
เขาได้เดินทางอย่างจริงจังด้วยความมั่นใจสองสามก้าว
ซึ่งเห็นได้จากผลงานสร้างสรรค์สองชิ้นสุดท้ายของเขา: *Forgotten Love Unforgotten Love* และ *Let Me Hold Your Hand*
ภาษาของเขาเรียบง่ายและชัดเจนสามารถชนะใจผู้อ่านทั่วไป
หนังสือสองเล่มสุดท้ายทำให้เขามีผู้ติดตามจำนวนมากและปูทางไปสู่งานเขียนที่จริงจังมากขึ้น

Do Not Leave Me
เป็นเรื่องราวความรักที่ไม่ธรรมดาซึ่งพิจารณาทางเลือกทางจิตวิญญาณที่แตกต่างกันซึ่งเรามักจะสะดุดในชีวิตของเรา
เป็นเรื่องราวของชายหนุ่มสองคนที่มีความแตกต่างกันอย่างพาเวลและน้อยได้มาพบกันในช่วงเวลาที่แปลกประหลาดของชีวิตเพื่อค้นพบความงามและความยิ่งใหญ่ของความสัมพันธ์ Mr. Ganguli
จัดการกับปัญหาที่ละเอียดอ่อนของความรักของเกย์และสร้างปรากฏการณ์ในโลกแห่งปรัชญาของ LGBTQ
นอกจากนี้เขายังสร้างปริศนาที่จับใจเกี่ยวกับการเติบโต
การพัฒนา การขึ้นและลงของตัวละคร
ผ่านการเล่าเรื่องของเขาทำให้เรามีโอกาสท่องเมืองไทย
โดยเฉพาะกรุงเทพฯ กาฬสินธุ์ และหมู่บ้านบนโนนยาง

มันคุ้มค่าที่จะอ่านไม่เพียง
แต่สำหรับความลึกลับและประวัติศาสตร์เท่านั้น
แต่ยังรวมถึงภูมิศาสตร์ด้วย

ฉันรู้สึกขอบคุณและยินดีเป็นอย่างยิ่งที่ได้เขียนข้อความส่งต่อนี้ถึงเพื่อนและนักเขียนรุ่นใหม่ของฉัน
ฉันหวังว่าฉันจะแจ้งให้ผู้อ่านทุกคนทราบด้วยตนเองว่าฉันมีประสบการณ์อะไรบ้างในขณะที่พลิกหน้าของโนเวลลาที่ยอดเยี่ยมนี้!
จิตใจที่เปิดกว้างและหัวใจที่เปิดกว้างจะเพลิดเพลินไปกับโลกมหัศจรรย์ที่ Spondon Ganguli สร้างขึ้นอย่างแน่นอน
ฉันไม่มีข้อสงสัยอย่างแน่นอน

ดร.จานาร์ดัน โกซ

นักวิชาการ นักแสดง และนักเล่าเรื่อง

ผู้ช่วยสอนและวิจัย

Ramakrishna Mission Vivekananda University, Belur

คำนำโดย
นายซาทาดัล ลาหิรี

วิศวกร ที่ปรึกษา ผู้เขียน

ผู้บรรยายและตัวแทนของ TOC

ในโลกที่เต็มไปด้วยทัศนคติที่เห็นแก่ตัว
เป็นเรื่องยากที่จะเจอผู้ที่สามารถแสดงความรักและความสนิทสนมกันโดยไม่มีเงื่อนไข
นี่คือแง่มุมที่ได้รับการถ่ายทอดอย่างเหมาะสมในเรื่องนี้ซึ่งมีพื้นฐานมาจากฉากหลังอันเก่าแก่ของประเทศไทย

ลักษณะเฉพาะ ภาพ
และจุดเปลี่ยนของเหตุการณ์ได้รับการจัดวางอย่างเชี่ยวชาญเพื่อดึงเอาปัจจัยต่างๆ ที่ไม่รู้จักท่ามกลางดินแดนที่รู้จัก
ความชั่วร้ายของมนุษย์นั้นไม่มีขอบเขต
และการโหยหาความมั่งคั่งมักจะผลักดันให้ผู้คนหันไปใช้วิธีที่มืดมนและชั่วร้าย
ซึ่งสร้างสถานการณ์ที่ไม่น่าพึงพอใจภายในระบบนิเวศที่สงบสุข
ความปรารถนาที่จะได้รับความมั่งคั่งด้วยวิธีการที่ผิดศีลธรรมได้ก่อให้เกิดความทุกข์ยากนับไม่ถ้วนสำหรับมนุษยชาติ
ในหนังสือเล่มนี้ก็เช่นกัน
พฤติกรรมที่ไม่ดีต่อสุขภาพนี้ได้รับการพรรณนาไว้ค่อนข้างชัดเจน

อีกแง่มุมหนึ่งที่โดดเด่นในเรื่องนี้คือความจริงของความสัมพันธ์ของมนุษย์ ในโลกที่เห็นแก่ตัวและไม่เอื้ออาทร
เป็นเรื่องยากที่จะค้นพบผู้คนที่มีเจตนาบริสุทธิ์ที่จะช่วยเหลือผู้อื่น

โดยไม่มีเงื่อนไข โลกเจริญขึ้นด้วยความเห็นอกเห็นใจ
ความเห็นอกเห็นใจ และความร่วมมือ
ความมั่งคั่งมักถูกประกาศอย่างผิด ๆ
ว่าเป็นตัวแปรในการวัดความสำเร็จ อย่างไรก็ตาม
การวัดความสำเร็จที่แท้จริงคือการได้มาซึ่งความสัมพันธ์ที่ซื่อสัต
ย์และบริสุทธิ์ เรื่องราวนี้เป็นหลักฐานที่หนักแน่นต่อข้อความนี้

ทุกคนต้องผ่านอารมณ์แปรปรวน
บางคนซ่อนมันไว้ภายใต้ใบหน้าหลอกๆ นิ่งๆ ของความเมินเฉย
ในขณะที่คนอื่นๆ พูดแบบเดียวกันอย่างประณีตที่สุด
มนุษยชาติเจริญเติบโตได้ด้วยอารมณ์ ไม่เช่นนั้น
เราจะแยกตัวเองออกจากไพรเมตอื่นๆ ได้อย่างไร อารมณ์

เชาวน์ปัญญาที่ผู้เขียนหยิบยกขึ้นมานี้ใช้ได้กับทุกคนที่ได้รับควา
มบอบช้ำจากช่วงเวลาที่ยากลำบากที่ตามมา

โลกยังคงอยู่ในขั้นวิกฤติและเป็นสิ่งสำคัญยิ่งที่ผู้คนจะแสวงหาควา
มสัมพันธ์ที่แท้จริงแทนการแสวงหาสิ่งปลอมปนที่ริบหรี่ของการได้
มาซึ่งวัตถุนิยม

ฉันหวังเป็นอย่างยิ่งว่าจะได้รับการตอบรับอย่างกว้างขวางจากหนั
งสือเล่มนี้
และหวังว่าผู้คนจะจดจำและรวมเอาความหมายเบื้องลึกที่แสดงผ่า
นเรื่องราว

ดีที่สุด!!

สาตาดล ลาหิรี

(วิศวกร ที่ปรึกษา ผู้เขียน วิทยากร และตัวแทนของ TOC)

คำนำโดย

นายอาชิส มุกเคอร์จี

นักวิจารณ์ภาพยนตร์และหนังสือ และผู้ก่อตั้ง

Rabindranath Tagore Center of Yoga, Shantiniketan

Knowledge Hub

ASHIS MUKHERJEE

CHARTERED ENGINEER/VALUER/CRITIC/ YOGA EXPONENT/FOUNDER OF KNOWLEDGE HUB and GCM 14/37, Golf Club Road (Near RCGC), Tollygunge, Kolkata-700033. WEST Bengal. Phone: 033 2400 1581

Ref: AL-023/OY67 13/01/2022

No work of fiction is complete without proper characterization, plots, sub-plots and proper narratives. Different locations add to the flavour to the content and add to the excitement.

This book is a different kind of book. Not only it brings to focus the nefarious intents of the human mind but also brings forth the emotional quotient that binds humanity together.

Though, the name of Thailand attaches one to exotic visions, there are hidden stories that never get revealed.
Though, this is a work of fiction but it also shatters the myth that pristine lands cannot be denigrated by humans.

The authentic imagery pursued by the author is indeed praiseworthy and the selection of the genre is also a brave one. Very few people are comfortable in talking about LGBT (Lesbian, Gay, Bisexual, and Transgender) issues and it indeed is heartening to see someone coming up with a story in this topic.

I wish the book great success and hope people read and like the book.

METHODS REDISCOVERED

สารบัญ

คำนำ	1
บทที่ 1: รักนะ กทม	7
บทที่ 2: ฉันลงจอดที่ไหน	52
บทที่ 3: เขาเป็นนางฟ้าของฉัน	65
บทที่ 4: แดนสวรรค์	74
บทที่ 5: ฉันต้องการคุณในชีวิตของฉัน	84
บทที่ 6: เนื้อคู่ของฉัน	112
บทที่ 7: ฝันร้าย	127
บทที่ 8: ความจริงที่น่ากลัว	136
บทที่ 9: ไม่คาดคิด	141
บทที่ 10: ความภาคภูมิใจหรืออคติ?	156
บทที่ 11: หายไปตลอดกาลหรืออยู่ด้วยกันตลอดไป?	169

สปอนดอนกังกูลิ

คำนำ

มันเป็นคืนที่มีพายุ
ผู้หญิงคนหนึ่งกำลังขับรถด้วยความเร็วสูง โดยมีลูกน้อยวัย 2 เดือนอยู่ที่เบาะหลัง
เธอรู้ดีว่ามันเป็นการแข่งขันเพื่อชีวิตของเธอและลูกของเธอ เธอต้องหนีออกจากที่นั่น
เธอเองก็ไม่รู้ว่าการไปหาพ่อแม่ที่สกลนครจะช่วยเธอได้หรือไม่ จากกรุงเทพฯ
เธอเริ่มออกเดินทางหลบหนีด้วยถนนและจนถึงขอนแก่นโดยพระคุณเธอรอดพ้นจากภยันตรายที่ใกล้เข้ามาทุกที
แต่อยู่ห่างจากกาฬสินธุ์ไม่กี่กิโลเมตรเมื่อรถของเธอประสบอุบัติเหตุบนทางหลวงเธอก็หมดสติไป .

เธอได้รับบาดเจ็บ แต่โชคดีที่ลูกของเธอปลอดภัย
เธอลงจากรถและเริ่มมองหาความช่วยเหลือก่อนที่ผู้ไล่ล่าจะจับเธอได้ ขณะที่ขอความช่วยเหลือ
เธอสังเกตเห็นรถสีดำขับผ่านเธอไป
และตามมาด้วยอีกคันหนึ่ง
เธอระบุรถทั้งสองคันและเข้าใจว่าพวกเขากำลังตามหาเธอ และในไม่ช้าจะกลับมาที่นี่โดยสังเกตเห็นอุบัติเหตุ
เธอละทิ้งความหวังที่จะได้รับความช่วยเหลือและเริ่มวิ่งหนีจากทางหลวงโดยอุ้มลูกน้อยไว้แนบอก
โชคดีที่มีหญ้ายาวอยู่ในทุ่งใกล้ทางหลวง

ซึ่งเธอสามารถซ่อนตัวกับลูกน้อยได้
รถสองคันกลับมาที่จุดนั้นและเริ่มตามล่าหาผู้หญิงคนนั้นและลูกของเธอ

ก่อนอื่น
พวกเขาไปถึงใกล้กับซากรถและมองหาร่องรอยของมนุษย์
จากนั้นจึงกระจัดกระจายไปทุกทิศทางที่เป็นไปได้
ผู้หญิงคนนั้นสังเกตเห็นทุกสิ่งที่ซ่อนอยู่หลังหญ้ายาว
ทันใดนั้นทารกก็ร้องออกมา
ตอนนี้เธอไม่มีทางอื่นนอกจากวิ่งหนีจากที่นั่นให้เร็วที่สุดเท่าที่จะทำได้เพื่อไปให้พ้นสายตาของคนเหล่านั้น
เธอรู้ว่าคนเหล่านี้เป็นใครและทำไมพวกเขาถึงตามล่าพวกเขาและต้องการฆ่าพวกเขา เมื่อได้ยินเสียงร้องของเด็กคนเหล่านั้นจึงเริ่มค้นหาพวกเขาในทุ่งนา
ตามหาที่มาของเสียง
เมื่อเธอเข้าใจว่าไม่มีแสงแห่งความหวังที่จะกำจัดพวกมันได้ เธอจึงตัดสินใจถอยห่างจากลูกของเธอ
เพื่ออย่างน้อยที่สุดทารกก็จะได้รับการช่วยชีวิต
เมื่อไม่มีทางเลือกอื่น
เธอจึงทิ้งลูกไว้ใต้ต้นไม้ในจุดที่ปลอดภัยที่สุดเท่าที่จะเป็นไปได้และเริ่มถอยห่างออกไป
ทันใดนั้นก็มีผู้หญิงอีกคนหนึ่งหน้าตาเหี่ยวย่นเสื้อผ้ามอมแมมเปื้อนโคลนมาหยุดไว้

"ทำไมคุณถึงทิ้งเด็กคนนี้ไว้ที่นี่? ยังไงซะ คุณเป็นใคร? ดูเหมือนว่าคุณไม่ใช่คนท้องถิ่นที่นี่!"
หญิงที่ปกคลุมด้วยโคลนถาม

สปอนดอนกังกูลิ

"ฟังนะ ได้โปรด ฉันไม่มีเวลาอธิบายทั้งหมดนี้ในตอนนี้
เป็นเรื่องของชีวิตและความตายสำหรับลูกน้อยของฉัน
โปรดพาเขาไปจากที่นี่โดยเร็วและปกป้องลูกของฉันด้วย"

"แต่ข้าจะเชื่อเจ้าได้อย่างไร?
ฉันรู้สึกว่าคุณอาจขโมยลูกของคนอื่นและพยายามจะส่งต่อให้ฉัน" ผู้หญิงคนนั้นตอบ

"อย่าเลย โปรดวางใจในพระพุทธเจ้าเถิด
ฉันไม่สามารถอธิบายสิ่งเหล่านี้ได้ทั้งหมด
พวกเขาจะมาถึงที่นี่ได้ทุกเมื่อ"

"งั้นคุณก็มาด้วยก็ได้ มาดูกันว่าเราจะทำอะไรได้บ้าง
ฉันอยู่ห่างจากที่นี่ไม่กี่กิโลเมตร" ผู้หญิงคนนั้นพูด

"ไม่ มันเป็นไปไม่ได้
ถ้าพวกเราถูกจับกันหมดก็ไม่มีใครหนีได้
ฉันต้องทิ้งลูกของฉันและหันเหผู้ไล่ล่าไปทางอื่น
ถ้าโชคอนุญาตฉันจะได้เจอหน้าลูกอีกครั้ง"

เมื่อพูดเช่นนั้น นางก็จุมพิตทารกเป็นครั้งสุดท้าย
แล้วมอบทารกนั้นให้หญิงนั้น
นางยัดหญ้าที่ขอยืมมาจากหญิงนั้นห่มผ้าให้เหมือนลูกของนางแล้วออกจากที่นั้น.

จากนั้นเธอก็ดึงดูดความสนใจของลูกน้องและเริ่มวิ่งไปในทิศทางตรงกันข้ามเพื่อพรากพวกมันไปจากลูกของเธอ
หลังจากไล่แมวและหนูไม่กี่นาที
พวกเขาก็จับเธอและแฮ็กเธอจนตาย
แต่ไม่สามารถเอาลูกได้ เมื่อถึงเวลาพระอาทิตย์ขึ้น

ถนนสายหลักก็คับคั่งไปด้วยยานพาหนะและผู้คนที่อพยพไปทำงานในเมือง พวกเขาละทิ้งการค้นหาและกลับมา

หลายปีต่อมา...

RN Industries Private Limited ไม่ใช่องค์กรขนาดเล็ก แต่เป็นองค์กรธุรกิจที่สำคัญและมั่นคง ซึ่งมีธุรกิจกระจายไปในหลายประเทศในเอเชียตะวันออก อินเดีย และสหรัฐอเมริกา ขอบเขตธุรกิจหลักของบริษัทคืออสังหาริมทรัพย์ ปุ๋ย ซอฟต์แวร์คอมพิวเตอร์และบริการด้านไอที ธุรกิจอัญมณี และรถยนต์ นาย Rudra Narayan Dutt ซึ่งพื้นเพมาจากอินเดีย ตั้งรกรากในกรุงเทพฯ มานานกว่าทศวรรษ เป็นนักอุตสาหกรรมระดับมหาเศรษฐีและเป็นเจ้าของ RN Industries

เขาเป็นหนึ่งในเจ้าของธุรกิจที่ร่ำรวยและประสบความสำเร็จในภูมิภาคนี้ เขาเป็นคนที่กระตือรือร้นและมีแรงบันดาลใจมาก ตั้งแต่อายุยังน้อย เขาเริ่มริเริ่มธุรกิจด้วยตัวเองทั้งหมด บรรพบุรุษของเขาอยู่ในรัฐราชสถาน ประเทศอินเดีย แต่เขาเดินทางบ่อยและตั้งรกรากที่นี่ในกรุงเทพฯ สร้างอาณาจักรธุรกิจของเขาในช่วงอายุสี่สิบกลางๆ ภายในสิบปี เขาได้กลายเป็นหนึ่งในนักธุรกิจที่ประสบความสำเร็จมากที่สุดในเอเชียตะวันออกเฉียงใต้

สปอนดอนกังกูลิ

นาย Ravi Narayan Dutt พี่ชายของ Rudra Narayan เป็นคนที่ยังไม่ได้แต่งงาน
เขาเป็นคนที่น่าไว้วางใจสำหรับน้องชายของเขา Ravi Narayan
ดูแลการเงินและจัดการข้อตกลงทางธุรกิจมากมายเมื่อใดก็ตามที่ Rudra Narayan ออกไปนอกประเทศ Rudra Narayan
เชื่อฟังพี่ชายของเขาเสมอและไว้วางใจเขาในเรื่องสติปัญญาและความเฉลียวฉลาดของเขา Ravi Narayan
มักจะสงสัยว่าธุรกิจของพี่ชายของเขาเติบโตเร็วขึ้นได้อย่างไร เมื่อเทียบกับคนอื่นๆ ในตลาด ไม่ต้องสงสัยเลยว่า Ravi Narayan ได้อุทิศชีวิตของเขาเพื่อดูแลบริษัทของน้องชายแต่เขาก็ยังมีคำถามอยู่ในใจ

Dileep พี่เขยของ Rudra Narayan
ไม่ได้ทำอะไรเลยและอยู่กับเขาและครอบครัวของเขาดูแลเรื่องบ้านและใช้เงินของ Rudra Narayan
สำหรับการหลบหนีต่างๆ
ดิลีพมากรุงเทพฯตามคำขอของพี่สาวและเขารอโอกาสนี้มาหลายปี
เขาสำเร็จการศึกษาในอินเดียแล้วจึงคิดว่าจะหางานง่ายๆ ได้เงินเดือนสบายๆ และไม่ต้องรับผิดชอบอะไรมากมาย
ดังนั้น เมื่อพ่อตาของ Rudra Narayan
ขอให้เขาหางานที่เหมาะสมและมุ่งมั่นในธุรกิจของเขาให้กับ Dileep เขาไม่สามารถปฏิเสธพ่อตาของเขาได้
แม้ว่าเขาจะรู้ดีว่าเพื่อนคนนี้ไม่มีค่าอะไรเลย

ภรรยาของรูดรา
นารายันยังยืนกรานที่จะอนุญาตให้ดิลีปมากรุงเทพฯ
และอยู่กับพวกเขา เพราะเธอรู้สึกโดดเดี่ยวที่นั่น
ห่างไกลจากญาติและเพื่อนฝูง
พวกเขาเป็นครอบครัวที่มีความสุขและสมบูรณ์

บทที่ 1: รักนะ กทม

รถตู้กำลังแล่นผ่านถนนในกรุงเทพฯ
จากนั้นรถตู้ได้หักเลี้ยวเข้าไปในซอยอย่างกะทันหันและกำลังพุ่งผ่านไป ซากิและทีมงานของเขาซึ่งมีสมาชิกห้าคนรวมทั้งอาท อยู่ในรถตู้

“เกือบถึงแล้ว” อั๊ตชี้ไปทางไนต์คลับ
รถตู้ใกล้ถึงสุขุมวิทแล้ว

"ดี! หยุดรถตู้ในที่เปลี่ยว” ซากิพูดขณะมองไปรอบๆ ซอย
จากนั้นเขาก็มองไปที่นาฬิกาของเขา เวลา 00:49 น.
เขาพูดต่อหลังจากหยุดชั่วคราว
“ฉันหวังว่าพวกคุณทุกคนจะจำความรับผิดชอบและงานของคุณได้ ไม่อนุญาตให้มีข้อผิดพลาด อาท
คุณจะไปกับฉัน”

****

กรุงเทพฯ!

เมืองหลวงของประเทศไทย
โลกรู้จักเมืองหลวงของไทยว่ากรุงเทพฯ
แต่คนในท้องถิ่นเรียกเมืองของตนว่ากรุงเทพหรือ
'เมืองแห่งนางฟ้า'
คุณทุกคนรู้จักประเทศไทยในฐานะดินแดนแห่งความประหลาดใจและรีสอร์ทริมชายหาดที่สวยงาม

แต่ประเทศไทยเป็นประเทศเดียวในเอเชียตะวันออกเฉียงใต้ที่มหาอำนาจในยุโรปไม่ทำหรือไม่สามารถตั้งรกรากได้ อันที่จริงในภาษาไทยชื่อประเทศคือ ประเทษไทย ซึ่งแปลว่า "ดินแดนแห่งเสรี"

วัดอรุณฯ
กรุงเทพฯ

แล้วทำไมกรุงเทพฯ ถึงโด่งดัง?
เมืองหลวงของประเทศไทยดึงดูดผู้คนนับล้านจากทั่วทุกมุมโลก
มีหลายสิ่งที่จะนำเสนอในด้านสถาปัตยกรรมทางประวัติศาสตร์และประเพณีที่ย้อนหลังไปถึงหลายร้อยปี
นักท่องเที่ยวหลั่งไหลมาที่นี่จากทั่วทุกมุมโลก

กรุงเทพฯ
มีทุกสิ่งตั้งแต่ความตื่นเต้นและความสับสนวุ่นวายไปจนถึงความอิสระ ความสวยงาม และการผจญภัย
เมืองนี้มีชื่อเสียงในด้านชีวิตข้างถนนที่เจริญรุ่งเรือง
สถานที่สำคัญทางวัฒนธรรม และย่านโคมแดง
พระบรมมหาราชวังและวัดในพุทธศาสนา
รวมทั้งวัดอรุณและวัดโพธิ์ตั้งอยู่ตรงกันข้ามกับสถานที่ท่องเที่ยวอื่นๆ เช่น
สถานบันเทิงยามค่ำคืนของถนนข้าวสารและพัฒน์พงศ์

ปฏิเสธไม่ได้ว่าสถานที่ท่องเที่ยวที่น่าสนใจและชีวิตในเมืองของกรุงเทพฯ ดึงดูดกลุ่มนักท่องเที่ยวที่หลากหลาย
มักไปเที่ยวตามสถานที่ท่องเที่ยวต่าง ๆ
ส่วนใหญ่จะเป็นเชิงประวัติศาสตร์ เช่น วัด พระราชวัง
ที่มีสถาปัตยกรรมและศิลปกรรมอันประณีต
ประสบการณ์การช็อปปิ้งและรับประทานอาหารมีตัวเลือกและราคาที่หลากหลาย

ความใหญ่โตของเมืองและถนนที่พลุกพล่านสามารถสร้างความหวาดกลัวให้กับนักท่องเที่ยวที่แปลกใหม่
แต่ผู้ที่ใช้เวลาในกรุงเทพฯ

Pavel Rudra Narayan Dutt ทายาทคนเดียวของ RN Industries
เป็นคนโชคดีตั้งแต่เกิดมาพร้อมกับช้อนเงินในปาก

พาเวลเป็นเด็กหนุ่มหน้าตาดี หน้าตาดี
อยู่ในช่วงวัยรุ่นตอนปลาย
ใบหน้าเป็นประกายสดใสและทรงผมสั้นเป็นลอนหนาด้านข้างทำให้เขาดูน่ารัก เขามีสไตล์
มีร่างกายที่สมบูรณ์และผิวพรรณผุดผ่อง
ที่ทำให้สาวๆน้ำลายหกใส่เขา

เขาเป็นนักศึกษาวิศวกรรมชั้นปีที่ 1
ที่มีความสุขกับชีวิตอย่างเต็มที่
โดยไม่ต้องกังวลเรื่องการเรียนและหลักสูตรอื่นๆ
เขาไม่สามารถอยู่ได้โดยปราศจากปาร์ตี้ ดื่มเหล้า และสาวๆ
โลกของเขามีเพื่อนประจบสอพลอทั้งชายและหญิง
ในจำนวนนี้ แจ๊สอยู่ใกล้หัวใจของเขามากที่สุด Pavel พึ่งพา Jazz
อย่างมากในการระบายความกังวลและความคับข้องใจทั้งหมดของเขา

พาเวลเป็นคนไปไนต์คลับบ่อยและชอบที่จะอยู่กับสาวๆ
เมื่ออายุได้สิบเก้าปี
เขาได้สัมผัสกับความสุขของสุราและอบายมุขอื่นๆ
เขาไม่เคยไปอินเดียและไม่อยากไปที่นั่นด้วย Rudra Narayan พ่อของ Pavel
สอบถามเกี่ยวกับความเป็นอยู่และการศึกษาของเขาอย่างส

ม่ำเสมอ และตำหนิเขาด้วยการขู่ว่าจะส่งเขาไปอินเดีย
เมื่อใดก็ตามที่เขาถูกตัดสินว่ามีความผิด
พาเวลมีอิสระในประเทศไทยและมักจะได้รับการช่วยเหลือจ
ากลุงของเขา ราวีและดิลีป เมื่อรูดรา นารายันตักเตือนเขา
Ravi Narayan เป็นเหมือนเกราะคุ้มกันที่คอยสนับสนุน
Pavel
เมื่อใดก็ตามที่จำเป็นต้องให้เหตุผลในกิจกรรมของเยาวชน
ที่กระทำผิด

Pavel พบว่าลุง Dileep เป็นคนเจ้าเล่ห์ในบางครั้ง
อาจเป็นเพราะทำตามคำแนะนำของ Rudra Narayan แต่
Pavel ก็จัดการเขาอย่างชาญฉลาด
แม่ของพาเวลเป็นผู้หญิงอินเดียทั่วไป
ยุ่งอยู่กับกิจกรรมบ้านและสวดมนต์อยู่เสมอ
บางครั้งพาเวลก็สงสัยว่าทำไมแม่ของเขาถึงชอบสวดอ้อนว
อนมาก ทั้งๆ
ที่พ่อของเขาได้จัดเตรียมสิ่งหรูหราและความสะดวกสบายไ
ว้เพียงพอสำหรับพวกเขา Pavel มองว่าลุง Ravi
เป็นอัญมณีของคนๆ หนึ่ง
เพราะเขาไม่เพียงแต่ดูแลธุรกิจของพ่อเท่านั้น
แต่ยังช่วยเหลือเขาเรื่องเงินทุกครั้งที่มีความจำเป็น

เป็นวันเกิดปีที่สิบเก้าของ Pavel
และเขาต้องการฉลองวันเกิดกับเพื่อนๆ ที่ The Glow
แม้จะมีขนาดเล็ก
แต่ก็กลายเป็นหนึ่งในสถานที่สำหรับการเต้นรำใต้ดินและป
าร์ตี้ดนตรีในกรุงเทพฯ ในช่วงไม่กี่ปีที่ผ่านมา
มีสองชั้นและฝูงชนมักจะมีงานกาล่าบนฟลอร์เต้นรำ

ริมแม่น้ำกรุงเทพฯ

Rudra Narayan ไม่มีความสุขหลังจากได้ยินว่า Pavel ต้องการฉลองวันเกิดของเขาในตอนกลางคืนกับเพื่อนของเขา

"ฟังนะ พาเวล
ฉันจะไม่ทนกับทัศนคติเลินเล่อของคุณหรือจ่ายค่าใช้จ่ายให้คุณอีกต่อไป
ไม่ว่าคุณจะเปลี่ยนตัวเองหรือจัดการเรื่องค่าใช้จ่ายของคุณ" Rudra Narayan คำราม

สปอนดอนกังกูลิ

"ได้โปรดเถอะพ่อ อย่าเริ่มต้นทั้งหมดนี้อีก ท้ายที่สุด
ฉันเป็นทายาทเพียงคนเดียวของอาณาจักรของคุณ
ถ้าฉันไม่สนุกกับชีวิตตอนนี้
ฉันจะมีโอกาสอีกครั้งเมื่อไหร่" พอลตอบ

"ฉันไม่ได้ขอความชัดเจนหรือเหตุผลใด ๆ
เกี่ยวกับวิธีมองชีวิตของคุณ
ฉันขอแจ้งให้ทราบว่าคุณจะไม่ได้รับเงินสนับสนุนจากธุรกิจของฉัน หากคุณไม่เปลี่ยนพฤติกรรมของคุณ
เมื่อเดือนที่แล้ว คุณและกลุ่มเพื่อนบ้าๆ ไร้ประโยชน์
ทำให้ฉันเดือดร้อนด้วยการแกล้งลักพาตัวคุณ
คุณจำได้ไหม" Rudra Narayan พูดอย่างโกรธเคือง

พ่อจ๋า เรามาสนุกกัน ท้ายที่สุดแล้ว
เราจะเฉลิมฉลองวันคนโง่ได้อย่างไรโดยไม่หลอกคุณ?
เรื่องใหญ่คืออะไร? คุณไม่ได้ตกหลุมรัก
คุณไม่ได้เปิดกระเป๋าของคุณเลย" พาเวลพูดอย่างไม่ใส่ใจ

"หุบปาก! ฟังฉัน
อย่าบังคับให้ฉันย้ายคุณไปที่อื่นด้วยจำนวนเงินคงที่สำหรับ
ค่าใช้จ่ายรายเดือนของคุณ" Rudra Narayan
กล่าวด้วยน้ำเสียงที่น่ารำคาญ

"ไม่นะพ่อ! คุณไม่สามารถทำอย่างนั้นได้
เพื่อนของฉันจะล้อฉัน เรียกฉันว่าลูกพ่อ"

"เอาล่ะ พ่อหนุ่ม นั่นทำให้เรามาถึงคำถามที่แท้จริง หลัง
22.00 น. คุณจะไปไหน?
อย่าบอกนะว่าออกไปปาร์ตี้กับเพื่อนตอนดึก!"

"โธ่พ่อ! วันนี้เป็นวันเกิดของฉัน;
ฉันไม่มีอิสระขนาดนั้นเหรอ?"

"คุณต้องกลับบ้านก่อน 12.00 น. และนั่นคือเวลาสุดท้าย
ตอนนี้ไปและสนุก แต่จำสิ่งที่ฉันได้กล่าวว่า "สั่งให้ Rudra
Narayan ที่สำรวม

"ได้โปรดเถอะพ่อ เฉพาะวันนี้ขยายเวลาถึง 02.00 น.
ฉันสัญญาว่าจะไม่ค้างคืนข้างนอกอีกทั้งคืน"
ขอร้องพาเวล

"ไม่ คุณจะมาภายในเที่ยงคืน
มิฉะนั้นจะมีการจัดการแยกต่างหากสำหรับคุณ" หักหลัง
Rudra Narayan

พาเวลจากไปด้วยใบหน้าที่หนักอึ้ง
พลางบ่นพึมพำอยู่ในใจ *พ่อไม่เคยเข้าใจฉันเลย
ฉันต้องคุยกับลุงราวี
แต่คราวนี้ฉันกลัวว่าบางทีเขาอาจจะไม่สามารถโน้มน้าวใจ
พ่อได้*

****

พาเวลและเพื่อนของเขา แจ๊สและพาร์ค อยู่ในคลับ
ดื่มและเต้นรำไปกับเสียงเพลงที่ส่งเสียงดัง
เด็กหญิงสองคนอยู่กับพวกเขา
และพวกเขาก็กอดและจูบพาเวล

ขณะที่ดีเจหมุนลูกบิดและยกมือขึ้นที่ไนต์คลับ
ฝูงชนก็จับจังหวะการเต้นและกรู๊ฟไปตามจังหวะของมัน
คลับเต็มไปด้วยผู้คนที่เต้นรำโดยไม่สนใจใคร

เต็มไปด้วยชาวต่างชาติ นักท่องเที่ยว
และคนในท้องถิ่นสองสามคน มองเห็นได้
ผู้ชายที่ทำงานออฟฟิศสองสามคนนั่งดื่มเหล้าและมองดูผู้คนเต้นรำ
แจ๊ซดื่มเหล้าไปสองแก้วแล้วเดินไปนั่งที่โซฟาสีแดงรอบโต๊ะ
พาเวลทรุดตัวลงนั่งบนโซฟาและเริ่มเล่นกับผมและผิวหนังของสาวๆ เขาอยู่ในอาการมึนเมาและเริ่มตะโกน

"เฮ้ ไอ้เวรทั้งหลาย! คุณสนุกกับเงินของฉันเสมอ
เป็นครั้งสุดท้าย
ฉันจะไม่ใช้จ่ายกับพวกคุณทุกคนอีกต่อไป
พ่อของฉันโกรธมากและบอกว่าเขาจะไล่ฉันออกจากบ้าน
ถ้ายังเป็นแบบนี้ต่อไป"

"ไม่ต้องกังวล. พ่อทุกคนให้โอวาทเดียวกัน
คืนนี้มาสนุกกัน
ฉันก็อยากรู้เหมือนกันว่าทำไมวันนี้ลุงของคุณไม่มาด้วย"
บอน เพื่อนสนิทของพาเวลถาม
พยายามทำให้บทสนทนาง่ายขึ้นเล็กน้อย

"WHO? ลุงดิลีป…"
พาเวลถามด้วยน้ำเสียงกระวนกระวายใจ

"ย่า..
เขาไม่เคยพลาดโอกาสในการปาร์ตี้และโดยเฉพาะอย่างยิ่ง
เมื่อคุณอยู่ที่นั่น
ฉันมีลางสังหรณ์ว่าเขามีมุมที่อ่อนโยนสำหรับคุณ
อันที่จริงฉันมั่นใจมากเกี่ยวกับเรื่องนี้"

"ใช่. วิธีที่เขามองพาเวล ฉันรู้สึกว่าเขาอยากเย็ดพาเวล" ปาร์คตอบ ปาร์คเป็นเพื่อนสนิทอีกคนของพาเวล

"ถ้าอย่างนั้นฉันก็จะเย็ดเขาเหมือนกัน พวกเจ้าทุกคนไปให้พ้นและอย่าทำให้ข้าเสียอารมณ์" พูดจบพาเวลก็ขว้างแก้วลงบนพื้น

"ว่าแต่คืนนี้คุณมีแผนอย่างไร พาเวล" ปาร์คถาม

"ไม่มีอะไรพิเศษ. วางแผนที่จะกลับบ้านจากที่นี่และฟังคำเทศนาจากพ่อจนกว่าฉันจะหลับไป" พาเวลตอบ

"ฉันมีแผนสำหรับพวกเราทุกคน คืนนี้มาลองกันอีกครั้ง" บอนพูด

"ฉันไม่มีปัญหาจนกว่าเขาจะจ่ายเงินให้เรา" ปาร์คร่วมชี้ไปที่พาเวล

"ไอ้สารเลว! ไปมีเพศสัมพันธ์ที่อื่นคืนนี้ ฉันจะไม่ใช้เงินของฉันกับคุณอีกต่อไป ฉันกำลังจะไป" พาเวลก้าวลงจากฟลอร์เต้นรำและเดินไปที่พื้นที่นั่งเล่น

"เดี๋ยวก่อน เดี๋ยวก่อน! คุณกำลังสาย ให้ฉันพาคุณไปที่รถของคุณ จะขับรถกลับบ้านยังไง" บอนเดินเข้ามาจับพาเวล

"อย่ามา! ฉันบอกให้หยุดอยู่ตรงนั้น เจ้าปรสิต!" พาเวลชี้ไปที่บอนอย่างกล่าวหา

"ฉันขับรถกลับบ้านเองได้ คุณไม่รู้หรอกว่าฉันไปจากที่นี่ตอนดึกหลังปาร์ตี้กี่ครั้ง"

พาเวลตะโกน

“ปล่อยพาเวลไปเถอะ
ยิ่งพยายามช่วยเขายิ่งสร้างดราม่าที่นี่” แจ๊ส กล่าว

“ฉันรู้จักเขาดี เขาจะไม่ไปไหน รอชมกันได้เลย!"
แจ๊สพูดต่อ

“เฮ้ พาเวล ฉันขอซื้อเครื่องดื่มให้คุณอีกแก้วได้ไหม”
เขาถาม.

“โอ้ ขอบใจนะเพื่อน แต่ฉันไม่ต้องการอีกแล้ว
ฉันกำลังจะกลับบ้าน” พอลตอบ

“ไม่ว่าผู้ชาย!”

แจ๊สจิบเครื่องดื่มของเขาและเดินไปที่ฟลอร์เต้นรำ
บอนและปาร์คตามเขาไป พาเวลนั่งอยู่บนโซฟาในมุมหนึ่ง
สองสาวนั่งใกล้เขา
พาเวลกระซิบบางอย่างที่หูของทั้งสองสาว
พวกเขาหัวเราะคิกคักและผงกศีรษะ

ในตรอกมืดหลังสโมสร รถตู้จอดที่ปลายถนน
คนสามคนลงจากรถตู้และสแกนบริเวณรอบๆ

"ที่นี่ไม่มีกล้อง" หนึ่งในนั้นกล่าว

"สมบูรณ์แบบ!" อีกคนพูด

อีกคนนั่งอยู่ในรถตู้ ซากิเดินมาหาเขา

"เฮ้ เจ้าหนู ไม่เป็นไรหรอกที่จะกลัวในวันแรกของเจ้า
ผีเสื้อในห้องของคุณ? ยกก้นของคุณขึ้นที่นี่ "เขากล่าว

ซากิสั่งสอนอาทและเดินเข้าไปในบาร์เพื่อมองหาพาเวล
พาเวลกอดเด็กผู้หญิงคนหนึ่งไว้ในอ้อมแขนของเขาแน่นแ
ละจูบที่ริมฝีปากของเธอ
ขณะที่เขากระซิบอะไรบางอย่างที่ข้างหูของเธอ
หญิงสาวก็พยักหน้าและยิ้ม

"เดี๋ยวก่อน…" พาเวลดึง

"ก็ได้…" หญิงสาวกระซิบ

พาเวลและหญิงสาวย้ายไปที่ประตูหลัง
เมื่อพาเวลและหญิงสาวกำลังเร่าร้อน
ซากิและหนึ่งในผู้ลักพาตัวปรากฏตัวใกล้ๆ เขา

"เฮ้ เจ้าหนู! เราช่วยคุณได้ไหม" ซากิพูดประชดประชัน

"มึงเป็นใครวะ" พาเวลโต้กลับ

"ใช่! คำพูดที่รุนแรงสำหรับเด็กอย่างคุณ!"
ซากิตอบด้วยรอยยิ้มที่บิดเบี้ยวบนใบหน้าของเขา

"รู้จักฉันไหม? ฮะ!" พูดพาเวล ดูหงุดหงิดและโกรธ

ซากิเดินเข้าไปหาพาเวลช้าๆ

"ฉันรู้จักคุณ และฉันอยู่ที่นี่เพื่อคุณ" เขาพูด
จ้องไปที่พาเวลอย่างคุกคาม

"ไงที่รัก! หนีไปจากที่นี่ดีกว่า อย่าเปิดปาก โอเค!"
เขาพูดพร้อมกับมองไปที่หญิงสาว

หญิงสาวออกจากสถานที่อย่างรีบร้อนด้วยความกลัว
"อะไร? รอ! อะไร?"

สปอนดอนกังกูลิ 19

พาเวลเริ่มตะโกนเมื่อมีสองคนมาจากด้านหลังและปิดหน้าพาเวลด้วยหน้ากาก
พาเวลสามารถรู้ได้ว่ามีอีกคนหนึ่งจับขาของเขาขณะที่ซากิชกเข้าที่ท้อง อาทรีบขับรถตู้ไปหาพวกเขา

"เร็ว! เร็วเข้า!" อาทตะโกน

"ช่วยด้วย" พาเวลตะโกน "Heellllpppp"
เขาแทบจะไม่สามารถตะโกนอีกต่อไป

หุบปากให้แน่นๆ ไอ้สารเลว!" ซากิตะโกน

ผู้ลักพาตัวคนหนึ่งจับหน้าพาเวลแน่นขึ้น
พาเวลพยายามช่วยตัวเองให้เป็นอิสระแต่พวกเขาเอาชนะเขาและโยนเขาเข้าไปในรถตู้
จากนั้นพวกเขาก็ปิดรถตู้และออกเดินทาง

****

หญิงสาววิ่งกลับมานั่งข้างๆแจ๊สที่กำลังง่วนอยู่กับการดื่มจนเสร็จ

หญิงสาวหายใจหอบและหยิบขวดขึ้นมาด้วยมือที่สั่นเทาและรีบเทมันทิ้ง หกไปทั่วตัวเธอเองและบนพื้น
มันทำให้แจ๊สตะลึง เขาถามว่า

"เกิดอะไรขึ้น? แล้วพาเวลอยู่ไหน"

"พวกเขาพาเขาไปด้วย" เธอตอบ ตัวสั่นจากบนลงล่าง

"WHO? คุณกำลังพูดถึงอะไร"
แจ๊สถามอย่างสับสนบนใบหน้าของเขา

บอนและปาร์คกลับมาจากฟลอร์เต้นรำและได้ยินหญิงสาว หญิงสาวเล่าเรื่องที่เกิดขึ้นกับพาเวลเมื่อไม่กี่นาทีก่อนหลังคลับ

“อย่าไปยุ่งกับมันและปล่อยมันไป
เราไม่เคยไปที่นั่นและไม่รู้ว่าเกิดอะไรขึ้น” ปาร์คกล่าว

“ไม่ มันไม่ยุติธรรม เราควรแจ้งตำรวจทันที” แจ๊สแย้ง

“คุณโกรธเหรอ? คุณรู้ผลที่ตามมาไหม”
บอนพูดเห็นด้วยกับมุมมองของปาร์ค

“แต่...” แจ๊สห้วงอย่างอ่อนแรง

"ไม่ แต่. เรากำลังจะไป ส่วนคุณก็จะไปกับเรา”
ปาร์คและบอนพูดพร้อมกัน

“ถ้าไม่ใช่ตำรวจ ให้ฉันแจ้งพ่อแม่เขา” ขอร้องแจ๊ส

"ฉันจะทำอย่างนั้น คุณหยุดฉันไม่ได้”
เขาพูดต่อด้วยความตั้งใจแน่วแน่

“คุณอาจอยู่กับเขาเพราะเงินของเขา แต่ฉันไม่ใช่
ถ้าไม่อยากยุ่งก็ออกไป!
ปล่อยให้ฉันทำในสิ่งที่ฉันคิดว่าถูกต้อง”
แจ๊สพูดด้วยความโกรธ

****

Indrani Dutt แม่ของ Pavel เป็นผู้หญิงที่เรียบง่าย
เต็มไปด้วยสติปัญญาและจิตตานุภาพอันแรงกล้า
เธอเป็นคนที่รักครอบครัวและเลือกที่จะอุทิศทั้งชีวิตเพื่อความเป็นอยู่ที่ดีของสามีและลูกชายคนเดียวของเธอ

สปอนดอนกังภูลิ

เธอเป็นคนสูง ผิวขาว ผอมเพรียวและสวย
แม้จะเข้ามาและพำนักในกรุงเทพฯ หลายปี
เธอก็ยังชอบสวมชุดพื้นเมืองของอินเดียที่มีสีสันสดใสกว่า
และเธอก็ดูงดงามในชุดเหล่านั้น

เธอทำงานหลายอย่างได้ดี ดูแลบ้านของเธอเป็นอย่างดี
และทำงานบ้านอื่นๆ อย่างขยันขันแข็ง
นับตั้งแต่ที่เธอแต่งงานกับ Rudra Narayan
เมื่อตอนที่เธอยังเป็นวัยรุ่น
เธอมักจะยืนหยัดเป็นเสาหลักที่แข็งแรงสำหรับสามีของเธอ
ในยามยากลำบาก
เธอยังเป็นบุคคลที่มีพรสวรรค์หลากหลาย
มีรสนิยมที่หลากหลายในด้านดนตรี การเต้นรำ
และการเล่าเรื่อง แต่เธอก็เป็นคนสบายๆ
และให้คำมั่นสัญญากับครอบครัวเป็นอันดับแรก

"ฉันรู้สึกโมโหกับการใช้ชีวิตแบบขาดวินัยและใช้จ่ายสุรุ่ย
สุร่ายของพาเวล ลูกชายของเรา" รูดรา
นารายันเริ่มพูดคุยกับภรรยาของเขาผ่านถ้วยชา

"ฉันตัดสินใจส่งเขากลับไปอินเดียเพื่อศึกษาต่อ
ให้เขาอยู่กับพ่อแม่ของฉัน
ผมเชื่อว่าภายใต้การตรวจสอบอย่างเข้มงวดของพ่อ
เขาจะแก้ไขแนวทางของเขาในไม่ช้า" เขากล่าวสรุป

"ฉันไม่คิดอย่างนั้น
ฉันยอมรับว่าเขากลายเป็นเด็กเอาแต่ใจและรับมือได้ยากใ
นบางครั้ง
แต่ฉันเชื่อว่าคุณและน้องชายของคุณก็มีส่วนผิดเช่นกันสำ

หรับพฤติกรรมเกเรของเขา
ฉันได้เตือนคุณก่อนหน้านี้ว่าอย่าปล่อยมือเขาด้วยความฟุ่มเฟือยทางการเงิน
เขาควรเข้าใจคุณค่าของเงินที่หามาอย่างยากลำบาก
แต่คุณทั้งคู่มักเพิกเฉยต่อคำแนะนำของฉันเสมอ"
แม่ของพาเวลตอบ

"คุณพูดถูก เราไม่สามารถกำหนดขอบเขตให้เขาได้
แต่เราควรทำอย่างอื่น มิฉะนั้น
เขาจะไม่มีวันตระหนักถึงความเป็นจริงของชีวิต" Rudra Narayan กล่าว

"ในความคิดของฉัน
การส่งเขาไปอินเดียทันทีจะไม่ช่วยอะไร
ให้เขาเรียนจบที่นี่แล้วเราจะส่งเขาไปอินเดีย
ถ้าเราทำอะไรแบบนั้น
เขาอาจจะยิ่งท้าทายและมองว่าเป็นการดูถูกหรือลงโทษ
ยิ่งกว่านั้นพ่อแม่ของคุณก็แก่มากแล้ว
การจัดการพาเวลจะกลายเป็นภาระและน่ารังเกียจสำหรับพวกเขา" เธอตอบ

Indrani Dutt
หยิบถาดและออกไปที่ห้องครัวเมื่อโทรศัพท์ของเธอเริ่มดัง
เธอเห็นว่าแจ๊สกำลังโทรหาเธอ

****

แจ๊สมาถึงจุดทันทีและแจ้งเธอเกี่ยวกับการลักพาตัว
Indrani Dutt
รู้สึกตกใจเมื่อได้ยินเรื่องการลักพาตัวลูกชายของเธอ

พูดไม่ทันจบมือถือก็หลุดจากมือเธอตกลงพื้น เธอรีบหยิบมันขึ้นมาด้วยมือที่สั่นเทาและรีบไปหาสามีของเธอ Rudra Narayan
เข้าใจว่าเรื่องนี้ร้ายแรงและรับโทรศัพท์ทันที เขาขอให้แจ๊สพูดซ้ำทุกอย่าง

ในตอนแรก Rudra Narayan ไม่เชื่อเรื่องเล่าของแจ๊ส แจ๊สพยายามอย่างเต็มที่เพื่อให้รูดรา นารายัน เห็นเหตุผล เขาอธิบายว่าครั้งนี้ การลักพาตัวเป็นเรื่องจริง แต่รูดรา นารายันไม่เชื่อ

"ฟังฉันแจ๊ส!" เขาเตือนอย่างเข้มงวด

"ฉันเตือนเธอทั้งสองแล้ว คุณจะเดือดร้อนมากถ้าคุณก่อกวนพวกเราด้วยวิธีนี้ ชั่วโมงนี้เล่นตลกเหรอ? บอกให้เขากลับบ้านทันที" Rudra Narayan พูดในลมหายใจเดียว

"เชื่อฉันเถอะลุง ฉันกำลังบอกความจริงกับคุณ มีคนไม่รู้จักไม่กี่คนที่ลักพาตัวพาเวลออกจากคลับในขณะที่เขาออกไปเพื่อกลับบ้าน" แจ๊ซไม่เปิดเผยว่ามีสาวๆ อยู่ด้วย

"ฉันจะเชื่อคุณได้อย่างไร ครั้งสุดท้ายที่คุณกับพาเวลเล่นตลกกับเราและพ่อแม่คุณในวันเอพริลฟูล คุณจำไม่ได้เหรอ" Rudra Narayan ถาม

"ครับคุณลุง คุณพูดถูก แต่เชื่อฉันเถอะ ครั้งนี้ไม่ใช่การเล่นตลก โอ้ พระเจ้า

ฉันควรทำยังไงให้นายเชื่อฉัน! ไม่มีเวลาให้เสีย
ได้โปรดทำอะไรเร็วๆ" แจ๊สอ้อนวอน

"เพื่อนคนอื่นของคุณอยู่ที่ไหน - บอนและปาร์ค"

"พวกเขากลับบ้านเมื่อไม่กี่นาทีก่อน"

"โอ้ ฉันเข้าใจแล้ว ฟังนะ ที่รัก
บอกเพื่อนที่เหลือของคุณให้กลับบ้านโดยเร็วที่สุด
และคุณก็กลับบ้านด้วย ฉันจะจัดการเรื่องนี้เอง" รูดรา
นารายันกล่าว

แจ๊สพยายามเล่าเหตุการณ์ทั้งหมดอีกครั้ง แต่รุทระ
นารายันปลอบใจแจ๊สและบอกว่าจะจัดการเรื่องนี้เอง

Rudra Narayan โทรหาพี่ชายของเขา Ravi Narayan
ไปที่ห้องของเขาทันทีและพูดคุยเกี่ยวกับเหตุการณ์ที่เกิดขึ้น

"ทำไมพวกเจ้าถึงสงบและเงียบเช่นนี้?
ได้โปรดทำอะไรสักอย่างเพื่อพาเวลกลับมา"
อินดรานีพูดพร้อมสะอื้นไห้อย่างควบคุมไม่ได้ Rudra
Narayan Dutt
ไม่สามารถเข้าใจความลึกของความเศร้าโศกของเธอได้

****

รถตู้มาหยุดที่ข้างตู้โทรศัพท์สาธารณะ
อาทลงจากรถตู้เมื่อซากิถามเขาว่า "จำสายได้ไหม"

"ครับเจ้านาย" อาทตอบ

สปอนดอนกังกูลิ

ในขณะเดียวกัน
พาเวลก็พยายามที่จะหลุดพ้นจากพวกลักพาตัวและถูกทำร้าย
ผู้ลักพาตัวคนหนึ่งกระทืบขาของพาเวลอย่างโหดเหี้ยม
ทำให้เขากรีดร้องด้วยความเจ็บปวด
พาเวลเริ่มหอนและร้องไห้

ซากิโกรธอย่างเห็นได้ชัดจากเสียงตะโกน
และดูเหมือนหงุดหงิดขณะที่เขาตะโกนว่า "ไอ้สารเลว!
จัดการเด็กคนเดียวไม่ได้เหรอ?"
จากนั้นเขาก็เข้าไปใกล้พาเวลและกระซิบข้างหูว่า "เฮ้ ที่รัก
ใจเย็นๆ มิฉะนั้นจะมีทางออกอื่น
คุณคงไม่อยากรู้เกี่ยวกับมันหรอก ฉันเข้าใจ"

จากนั้นเขาก็พึมพำคำสั่งกับสมาชิกอีกคนในทีม
ซึ่งเตรียมการฉีดยาและผลักมันเข้าไปที่พาเวล
ไม่นานพาเวลก็ผล็อยหลับไป

อาทกดหมายเลขแล้วเริ่มพูดกับอีกคน

"คุณมีเวลาสามสิบวินาที อย่าพูดและฟังฉันอย่างระมัดระวัง
Narayan เรามีลูกชายของคุณ เตรียมเงิน 10 ล้านให้พร้อม
เราจะโทรหาคุณอีกครั้งเพื่อแจ้งสถานที่และเวลา
และถ้าคุณกล้าติดต่อตำรวจ... อย่างแรก
เราจะสับมือเด็กของคุณ จากนั้นก็ขาของเขา
แล้วก็ใบหน้าที่น่ารักของเขา และส่งให้คุณ" ไลน์หายเลย
Rudra Narayan เข้าสู่อารมณ์ที่มืดมน
สิ่งที่เขาประเมินว่าเป็นการเล่นตลกได้ลุกลามกลายเป็นเรื่องที่ร้ายแรงมาก

เขาเล่าทุกสิ่งที่ผู้ลักพาตัวบอกสมาชิกในครอบครัวของเขา Indrani Dutt ไม่สามารถตกลงกับความเป็นจริงได้ ลูกชายคนเดียวของเธอถูกลักพาตัวไป เธอเริ่มร้องไห้อย่างควบคุมไม่ได้และเป็นลม Rudra Narayan ขอให้ Dileep พี่ชายของ Indrani ดูแลเธอ

เมื่อ Rudra Narayan กำลังอ่านหนังสือผ่านมือถือเพื่อติดต่อตำรวจ Ravi Narayan ก็หยุดเขาเพื่อเตือนให้เขานึกถึงคำพูดของผู้ลักพาตัว

"มันจะเป็นอันตรายสำหรับพาเวล อย่าด่วนตัดสินใจเช่นนั้น ให้เราจัดการด้วยวิธีอื่น" Ravi Narayan กล่าว

"ให้พวกเขาโทรหาสถานที่และเวลาอีกครั้ง จากนั้นเราจะตัดสินใจว่าจะทำอย่างไร ในขณะเดียวกัน ฉันกำลังพยายามเข้าถึงแผนกโทรคมนาคม เพื่อให้พวกเขาสามารถติดตามการโทรของเราและค้นหาว่าผู้ลักพาตัวโทรมาจากที่ใด" Ravi Narayan กล่าวสรุป

Ravi Narayan ยังสงสัยว่าเหตุการณ์นี้อาจถูกวางแผนโดยคู่แข่งทางธุรกิจ เนื่องจากเมื่อเร็ว ๆ นี้ธุรกิจของพวกเขาได้รับการประมูลที่ยอดเยี่ยมด้วยการลงทุนจำนวนมาก เขาให้คำมั่นกับน้องชายของเขาว่าเขาจะค้นพบและดำเนินการในไม่ช้า Rudra Narayan เห็นด้วยกับความคิดของพี่ชายของเขา

ทันใดนั้นโทรศัพท์ของเขาก็ดังขึ้น Rudra Narayan ดำเนินการรับสายด้วยมือที่สั่นเทา

“รับโทรศัพท์และวางสายที่ลำโพง” Ravi Narayan กล่าว

อาตรอรุทรนารายันรับสายก็หน้าแดงก่ำด้วยความโมโหที่ซ้ำไปทุกวินาที

“นารายัน... ฉันเห็นว่าคุณรับสายนานเกินไป
ฟังฉันนะแม่มดเฒ่า! อย่าฉลาดเกินเหตุกับฉัน
ไม่งั้นมือและขาของพาเวลจะถูกสับ ลูกน่ารักก็ผิวนุ่ม”
อาทกล่าว

“ได้โปรดฟังฉันด้วย” รูดรา นารายันอ้อนวอน

“ฉันอนุญาตให้คุณพูดแล้วเหรอ?
จะให้เริ่มด้วยการตัดนิ้วเลยเหรอ” อาทพูด

"เลขที่! เลขที่! ได้โปรด ไม่! ฉันจะทำทุกอย่างที่คุณพูด”
Rudra Narayan กล่าว

“นั่นก็เหมือนพ่อที่ดี ตอนนี้ฟังฉัน
ฉันจะส่งรูปถ่ายของพาเวลให้คุณเป็นหลักฐาน
จากนั้นคุณจะได้รับเงิน 10 ล้านดอลลาร์ในกระเป๋าสีดำ
และอย่าทำตัวฉลาดเกินไป
มิฉะนั้นจะเป็นวันสุดท้ายของพาเวล
นำถุงดำไปที่สวนสาธารณะกลางเมือง
แล้วคนของเราจะไปเก็บจากคุณ
และคุณสามารถพาเวลกลับมาได้ และไม่อนุญาตตำรวจ”
อั๊ตตะคอก

การโทรถูกตัดการเชื่อมต่อ และ Rudra Narayan นั่งลงด้วยความตกใจและเริ่มหายใจอย่างหนัก การแจ้งเตือนมาถึงโทรศัพท์ของ Rudra Narayan ในไม่ช้า เขาปลดล็อกโทรศัพท์และพบลิงก์จากหมายเลขที่ไม่รู้จัก เขาเคาะเพื่อเปิดมันและพบภาพของพาเวลที่มีเทปสีดำพันรอบปากของเขา

" *ไบยา (พี่ชาย)* ได้โปรดช่วยลูกฉันด้วย...ส่งตำรวจเดี๋ยวนี้ ฉันจะจ่ายสองเท่าถ้าจำเป็น" รูดรา นารายันขอร้องพี่ชายของเขา

"พี่ชาย ฉัน...
ฉันไม่คิดว่ามันจะเป็นความคิดที่ดีที่จะจับตำรวจ เพราะพวกเขามีพาเวล พวกเขามีความเหนือกว่าเรา หลังจากที่เรากลับมาพาเวล เราสามารถขอความช่วยเหลือจากตำรวจในการจับพวกเขาได้" Ravi Narayan ตอบ

"ต้องเป็นฝีมือของแฮร์ริสันคู่แข่งของเราและเจ้านายของเขาแน่ๆ เขาเป็นคนขี้อิจฉาชะมัด!
พวกเขาคิดอย่างไรกับตัวเอง?
เพียงเพราะพวกเขาไม่สามารถรับมือกับเราและรับข้อเสนอในเกมทางตรงและค่าโดยสารได้
พวกเขาจึงลักพาตัวลูกชายของฉัน...
ให้ฉันพาเวลกลับมา... ฉันจะแสดงให้เขาเห็นว่าฉัน... รูดรา...นารายัน!"

Rudra Narayan
เหวี่ยงแจกันดอกไม้ที่เก็บไว้บนโต๊ะด้วยความโกรธ

"ตอนนี้เราควรทำอย่างไร?" ถาม Ravi Narayan

"รับเงิน ฉันจะไปพาพาเวลกลับมา" รูดรา นารายันตอบ

“ฉันไม่คิดว่ามันจะเป็นความคิดที่ดี คุณ... คุณอาจจะดึงดูดปาปารัซซีได้ ให้ฉันเอาเงินไปให้โจรลักพาตัว”

"คุณแน่ใจไหม?" ถาม Rudra Narayan

"ฉันเชื่ออย่างนั้น..."

"ก็ได้...ระวังตัวด้วย"

****

ในขณะเดียวกัน Ravi Narayan ไปพร้อมกับค่าไถ่ที่เรียกร้องไปยังสถานที่จัดงาน เมื่อผู้ลักพาตัวมาถึง ไม่มีวี่แววของพาเวล ผู้ลักพาตัวรับเงินจำนวนดังกล่าวและบอก Ravi Narayan ว่าลูกชายของพวกเขาจะกลับบ้านในไม่ช้าหลังจากที่พวกเ ขาหาทางออกได้อย่างปลอดภัย หนึ่งชั่วโมงผ่านไป หลายชั่วโมงผ่านไป แต่ไม่มีวี่แววของพาเวล

แม้ผ่านไปสองวันที่พาเวลไม่กลับมา รูดรา นารายันก็ไปที่สำนักงานตำรวจสันติบาลและพบหัวหน้าแผ นก คุณโคราวัตซึ่งเอาจริงเอาจังกับเรื่องนี้ แม้ว่าเขาจะบอกว่ารุทรา นารายันเสียไปมากแล้วก็ตาม เวลา. แทนที่จะฟังคำพูดของผู้ลักพาตัว เขาควรจะมาหาพวกเขาก่อน จากนั้นนายกรวัฒน์ได้เรียกตัวนายอรอนและแต่งตั้งให้เป็น พนักงานสอบสวนคดีดังกล่าว นายอารอนถามรุทระ

นารายันเกี่ยวกับค่าไถ่ที่เขาให้กับผู้ลักพาตัว เขาขอให้
Rudra Narayan ให้รายละเอียดเกี่ยวกับลูกชายของเขา
รวมทั้งเพื่อน ญาติ และแหล่งข้อมูลอื่นๆ
ที่อาจช่วยพวกเขาในกระบวนการค้นหา
นอกจากนี้เขายังถามว่า Rudra Narayan
คิดถึงใครจากแวดวงที่เขารู้จักที่สามารถแสดงสิ่งนี้ได้หรือไม่
สุดท้ายเจ้าหน้าที่ให้คำมั่นว่ากรมจะตรวจสอบเรื่องนี้อย่างจริงจัง แจ้งข้อมูลทั้งหมดให้ทราบ
และขอความช่วยเหลือเมื่อจำเป็น

****

พาเวลไม่รู้ว่าเขาหมดสติไปนานแค่ไหน
หลังจากตื่นขึ้นก็พบว่าตัวเองอยู่บนเก้าอี้เหล็ก
มือของเขาถูกมัดด้วยเชือกไนลอนและเทปกาวที่แข็งแรงปิดปากของเขา
เขาปวดหัวอย่างหนักและเขาสังเกตเห็นบาดแผลและรอยฟกช้ำที่แขนและขา เขาสำรวจห้อง
มันค่อนข้างใหญ่แต่ขุ่นมัว สกปรก และเต็มไปด้วยกลิ่น
ดูเหมือนโรงเก็บของ เศษเฟอร์นิเจอร์และขยะเกลื่อนกลาด
พาเวลเห็นชายสามคนนั่งอยู่บนเก้าอี้ที่ดูดีบางตัว Pavel
เดาว่าอายุของพวกเขาน่าจะประมาณ 25 ถึง 30 ปี
แต่ไม่แน่ใจเพราะสวมหน้ากากปิดหน้า เมื่อมองไปรอบๆ
เขาก็เห็นเตียงปูด้วยผ้าปูที่นอนสกปรกอยู่ตรงมุมห้อง

ชายร่างสูงลุกขึ้นจากเก้าอี้และเข้ามาใกล้พาเวล
พาเวลรวบรวมได้ว่าเขาชื่อซากิเมื่อชายสองคนที่เหลือเรีย

กเขาด้วยชื่อ พาเวลพยายามพูดแต่เทปปิดไม่ให้เขาพูด เขารู้สึกว่ากางเกงและกางเกงชั้นในของเขาถูกดึงลงและโยนทิ้งไป พาเวลหดหู่ด้วยความอับอาย เขาพยายามเอาชนะความอับอายแต่ไม่สามารถช่วยได้

จู่ๆ ซากิก็ดึงพาเวลโยนลงบนเตียง มัดมือไว้กับขาเตียง หัวของพาเวลกระแทกกับแผ่นไม้ของเตียง เขาพยายามเตะซากิแต่พลาด ซากิชกเข้าที่ห้องของเขา

"ถ้าคุณร่วมมือกับเรา เราจะไม่ทำร้ายคุณ มิฉะนั้นเราหมดหนทาง คุณต้องได้รับมัน!" Saki กล่าว

เขาเรียกชายคนหนึ่งที่ยืนอยู่ตรงนั้นให้พาคนมาและบอกให้คนถัดไปเตรียมพร้อม พาเวลไม่เข้าใจว่าเกิดอะไรขึ้น?

เขามึนงงด้วยความกลัว คิดว่าพวกมันอาจบาดส่วนต่างๆ ของร่างกายเขา เขาเริ่มอธิษฐานต่อพระเจ้าในใจของเขา เขาสัญญาว่าจะเชื่อฟังพ่อแม่ในอนาคต หากเขาได้รับการช่วยเหลืออย่างปลอดภัยจากที่นั่น

อีกคนเดินเข้ามาในสภาพเปลือยล่อนจ้อนเหลือแต่หน้ากากปิดหน้า พาเวลรู้สึกว่าเขารู้จักคนๆ นั้นแต่ไม่สามารถพบเขาได้ทันที

พาเวลตกใจมากเมื่อรู้ว่าชายเปลือยต้องการปรนเปรอความต้องการทางเพศของเขา ความสยดสยองเกิดขึ้นและชาไปด้วยความหวาดกลัว เขามองดูคนๆ นั้นข่มเหงเขา พาเวลพยายามตะโกนแต่เทปปิดเสียงตะโกนของเขา

เมื่อทนความเจ็บปวดจากการสอดใส่ไม่ไหว
เขาตะโกนสุดกำลังเพื่อฉีกเทปที่ปิดปากออก

"ได้โปรด NOOOOOOOOO..."

ไม่มีใครให้ความเชื่อถือกับเสียงกรีดร้องของเขา
พวกผู้ชายทุกคนกำลังเพลิดเพลินกับการดำเนินการและดูด้วยสายตาที่หื่นกระหาย
พาเวลรู้สึกว่าจิตวิญญาณภายในของเขาแตกเป็นเสี่ยงๆ
ความภาคภูมิใจของเขาแหลกสลาย
เขาเฝ้าดูอย่างช่วยไม่ได้และได้ยินตัวเองดิ้นและร้องด้วยความเจ็บปวด

เมื่อชายคนนั้นทำร้ายพาเวลเสร็จแล้ว
เขาก็ลุกขึ้นและจากไปอย่างเร่งรีบ

“มีใครอยากจะสนุกกับเด็กคนนี้อีกไหม? อ๊าต!
ทำไมคุณไม่ลองใช้ความเป็นลูกผู้ชายดูสักครั้งล่ะ?”
ซากิถาม

“ใช่ แน่ใจ ทำไมจะไม่ได้ล่ะ” อาตตอบ
ตัณหาเข้าครอบงำเขาเสียแล้ว

“อย่าเลย ฉันขอร้องให้คุณหยุด”
พาเวลตะโกนเป็นทางเลือกสุดท้าย

“เราไม่ได้มาที่นี่เพื่อเชื่อฟังท่าน ได้โปรดหุบปากซะ
ไม่งั้นเราต้องติดเทปอีกอัน” อั๊ตตอบ

อีกสองคนทำร้ายพาเวลทีละคน ยกเว้นซากิ
เขาไม่เคยสนใจเด็กผู้ชาย

“เลือดออกเยอะนะเจ้าหนู! ตอนนี้พักผ่อน
เราจะกลับมาอีกในวันพรุ่งนี้เพื่อเพลิดเพลินกับตัวเอง”
Saki กล่าว

พวกเขาหัวเราะเยาะกับสภาพของพาเวลและปล่อยให้เขาอยู่อย่างนั้น เขากระหายน้ำ บาดเจ็บ เลือดออก
และถูกมัดมือไว้กับเตียง ไม่มีใครอยู่ที่นั่นเพื่อช่วยเขา
พาเวลไม่เคยรู้สึกอ่อนแอมาก่อนในชีวิตของเขา

เขารู้สึกหมดหนทางและประหม่าจนร้องไห้ออกมาดังๆ จู่ๆ
เขาก็รู้สึกอ่อนเพลียและอ่อนแรง
อาจเป็นเพราะยาที่พวกเขาฉีดเข้าไป

****

วันรุ่งขึ้น ผู้ตรวจการที่รับผิดชอบคดี
นายอรอนมาที่คฤหาสน์ของรูดรา
นารายันพร้อมกับผู้ช่วยของเขา

“ฉันขอโทษที่รบกวนคุณในตอนเช้า
แต่เราจำเป็นต้องพูดคุยกับสมาชิกในครอบครัวของคุณ
และถ้าเป็นไปได้ เพื่อนของพาเวลด้วย
ฉันได้ส่งทีมไปที่ไนต์คลับเพื่อทำการสอบสวนและสอบปากคำ เราหวังว่าจะได้พบลูกชายของคุณเร็วๆ นี้”
เจ้าหน้าที่กล่าวอย่างมั่นใจ

ทันใดนั้นมือถือของเขาก็เริ่มดัง

“พวกนายมาถึงคลับแล้วเหรอ? เอาล่ะ.
คุยกับผู้จัดการและพนักงานคนอื่นๆ”
คุณอรอนพูดในโทรศัพท์

"ใช่...และฉันต้องการตรวจสอบภาพจากกล้องและทุกอย่าง และถามพวกเขาทั้งหมดแล้วรายงานทุกอย่างกลับมาให้ฉันทราบ" เขาสอนเสร็จแล้ว

ผู้ตรวจการใหญ่คืนให้นายรูดนารายัน

"นาย. Naryan ไม่ต้องกังวล เราจะพบลูกชายของคุณเร็ว ๆ นี้ แต่ก่อนอื่น คุณต้องแจ้งรายละเอียดทั้งหมดให้ฉันทราบ และอีกสิ่งหนึ่ง สงสัยใครหรือเปล่า"

"ฉันไม่รู้
แต่ราวีพี่ชายของฉันกำลังบอกว่ามันอาจเป็นหนึ่งในคู่แข่งทางธุรกิจของฉัน ฉันไม่แน่ใจ.
ฉันทำธุรกิจที่นี่มาหลายปีแล้ว และเท่าที่ฉันรู้
ฉันไม่เคยสร้างคู่แข่งที่ยอมก้มหัวให้ต่ำขนาดนี้"

"ใช่ ฉันรู้เรื่องของนายมาจากรุ่นพี่
คุณเป็นหนึ่งในบุคคลที่มีชื่อเสียงและน่านับถือที่สุดในเมืองนี้ ฉันขอทราบจำนวนคนในครอบครัวของคุณได้ไหม คุณช่วยโทรหาพวกเขาได้ไหม นอกจากนี้
เราจะพูดคุยกับพนักงานของคุณที่ทำงานที่บ้านและในองค์กรของคุณ" คุณอรอนกล่าว

"แน่นอน ทำไมไม่? ฉันจะโทรหาพวกเขา
ภรรยาของฉันไม่ค่อยสบายตั้งแต่เมื่อคืนวานหลังจากได้ยินเรื่องที่เกิดขึ้น
แพทย์ได้ตรวจร่างกายของเธอและให้ยานอนหลับและยาคลายกังวลแก่เธอ แต่เธอไม่ยอมเอาอะไรมาเลย
เธอไม่แม้แต่จะจิบน้ำ เจ้าหน้าที่

ฉันหวังว่าคุณจะเข้าใจสถานการณ์ของเธอ” รูดรานารายันกล่าว

Rudra Narayan โทรหาภรรยา พี่ชายและน้องเขยและแนะนำให้รู้จักกับคุณอารอน Dileep อุ้มน้องสาวของเขาและช่วยให้เธอนั่งลงบนโซฟา ใบหน้าของเธอหมองคล้ำและรอยดำรอบดวงตาของเธอ เธอไม่สามารถทำใจกับบาดแผลจากการลักพาตัวของลูกชายได้

“เราเสียใจเป็นอย่างยิ่งเกี่ยวกับการลักพาตัวพาเวล เรากำลังพยายามอย่างเต็มที่ ฉันหวังว่าพวกคุณทุกคนจะให้ความร่วมมือกับเราและให้ข้อมูลเท่าที่คุณรู้เกี่ยวกับพาเวล เพื่อนของเขา และกิจวัตรประจำวันของเขา

ทุกท่านโปรดนั่งลง” เจ้าหน้าที่กล่าวกับพวกเขา

"อ๋อ แน่นอน ขอบใจนะ" Ravi Narayan นั่งถัดจาก Rudra Narayan ส่วน Dileep นั่งใกล้กับน้องสาวของเขา

“ก่อนอื่น ฉันต้องการทราบเกี่ยวกับเหตุการณ์ในวันนั้นอย่างละเอียด ตั้งแต่เช้าจรดค่ำ เขาเข้าร่วมปาร์ตี้ดึกและงานในต์คลับเป็นประจำหรือไม่ และคลับที่เขาไปกับเพื่อนเมือวานนี้ชื่ออะไร"

“เรืองแสง” Dileep ตอบ

“ใช่โกลว์เขาไปที่นั่นทุกวันหรือเปล่า”

"เขาเป็นสมาชิกของสโมสรชั้นนำสองสามแห่ง โกลว์เป็นหนึ่งในนั้น เมื่อวานนี้เป็นวันเกิดครบรอบ 19 ปีของเขา ดังนั้นเขาจึงไปที่นั่นกับเพื่อนๆ เพื่อฉลอง" ดิลีปตอบ

"ใครคือเพื่อนของเขา? คุณรู้จักพวกเขาทั้งหมดหรือไม่"

"ฉันรู้จักเพื่อนสมัยเรียนของเขาเท่านั้น อีกไม่กี่คนที่เรารู้จักเป็นอย่างดี แจ๊สเป็นหนึ่งในนั้น เขาสนิทกับพาเวลมาก คนอื่นที่ไปคือบอนกับปาร์ค ฉันไม่รู้ว่ามีใครอยู่ที่นั่นบ้างเมื่อวานนี้" Dileep ตอบ

"คุณสนิทกับเพื่อนของเขา ฉันเดาว่า"

"ค่ะ เจ้าหน้าที่ นิดหน่อยค่ะ บางครั้งฉันก็เข้าร่วมปาร์ตี้กับพาเวล" ดิลีปตอบ

"ฉันเข้าใจแล้ว คุณดัทท์ ฉันต้องคุยกับเพื่อนของเขา ถ้าเป็นไปได้ บอกพวกเขาให้มาที่สำนักงานและพบฉันวันนี้" คุณอารอนพูดพลางหันไปทางรูดรา นารายัน ดัทท์

"คุณอารอน ได้โปรดตามหาลูกชายของฉันให้เจอ ฉันจะช่วยคุณทุกอย่าง" Rudra Narayan ร้องขอเจ้าหน้าที่ด้วยความเจ็บปวด

"ไม่ต้องกังวล. เราจะพยายามอย่างเต็มที่ ฉันหวังว่าลูกชายของคุณจะกลับบ้านในหนึ่งหรือสองวัน หากเราต้องการความร่วมมือจากคุณ เราจะติดต่อกลับ ฉันต้องไปแล้ว" เขาพูดพลางมองนาฬิกาข้อมือ

ในขณะเดียวกัน ผู้ช่วยของคุณอารอนก็พูดคุยกับคนอื่นๆ
และจดบันทึกทุกอย่างตามนั้น
จากนั้นพวกเขาก็ออกจากคฤหาสน์ไป

****

ผู้ช่วยผู้ตรวจสอบสำรวจสโมสรและจดตำแหน่งกล้อง
ไม่มีกล้องใกล้ประตูหลังของสโมสร
ตำรวจอีกคนกำลังค้นหาเบาะแสบนพื้น

"ฉันได้ส่งคนไปรับภาพจากสโมสร
เพื่อที่เราจะสามารถเริ่มสอบสวนผู้คนในนั้น"
ผู้ช่วยผู้ตรวจสอบกล่าวต่อ

"ผู้หญิงคนนั้นบอกว่ามีคนเห็นพาเวลกับผู้ชายที่นี่เป็นครั้งสุดท้าย" เขากล่าว

"และนี่ดูเหมือนจะเป็นสถานที่ที่เหมาะสำหรับการลักพาตัว
ไม่มีกล้อง มันมืด และไม่มีใครมาที่นี่เลย" ตำรวจกล่าว

"แต่ถนนมีกล้องวงจรปิด
ต้องมีบันทึกรถตู้ออกจากสถานที่
ฉันต้องการให้คุณตรวจสอบทุกภาพอย่างละเอียด"
ผู้ช่วยผู้ตรวจสอบกล่าว

"ครับท่าน" ตำรวจตอบ

"ฉันหิว. อยากกินอะไรไหม"
ผู้ช่วยสารวัตรถามแบบสบายๆ

"ความปรารถนาของนาย
ฉันรู้จักสถานที่ที่ดีในบริเวณใกล้เคียง" ตำรวจตอบ

ทั้งคู่ไปถึงร้านอาหารใกล้ๆ แล้วสั่งอาหาร
ตำรวจชอบกินของร้อนในขณะที่สารวัตรพยายามทำให้อาหารร้อนของเขาเย็นลง

"คดีดังมาก" นายตำรวจพูดพลางกินข้าวต่ออีกช้อน

"เขาเป็นหนึ่งในผู้ร่ำรวยที่สุด"
ผู้ตรวจการกล่าวโดยรอให้อาหารของเขาเย็นลงเล็กน้อย

"ศัตรูมากเกินไป?" ถามตำรวจที่รับปากอีกครั้ง

ผู้ตรวจสอบจิบน้ำและเริ่มอธิบายรายละเอียดของคดีในขณะที่รอให้อาหารเย็นลง

****

ธุรกิจของ RN Industries
กระจายไปทั่วทวีปตั้งแต่เวียดนาม ไทย ในเอเชียตะวันออก
ไปจนถึงสหรัฐอเมริกาและยุโรป ในช่วงแรก Rudra
Narayan มุ่งเน้นที่บริการคอมพิวเตอร์และไอที และรถยนต์
ต่อมาได้เพิ่มสิ่งอื่น ๆ
และธุรกิจเติบโตขึ้นในช่วงทศวรรษที่ผ่านมาเป็นอาณาจักร
อุตสาหกรรมขนาดมหึมา ด้วยเหตุนี้ Rudra Narayan
จึงทำงานหนักและไม่รู้จักเหน็ดเหนื่อยโดยมุ่งเน้นและมุ่งมั่น
เพียงอย่างเดียว ในขั้นตอนนี้ เขาได้สร้างศัตรูและคู่แข่ง
แม้ว่าเขาจะได้เพื่อนที่ดีและผู้หวังดีด้วยเช่นกัน

ทุกวันนี้
ผลประกอบการประจำปีของอุตสาหกรรมของเขาไม่ต่ำกว่า
10.0 พันล้านเหรียญสหรัฐ
และทรัพย์สินของเขาทั่วโลกมีมูลค่า 15.0

สปอนดอนกังกูลิ 39

พันล้านเหรียญสหรัฐ
คู่แข่งที่ใกล้ที่สุดของเขาคือนายสมชายซึ่งค่อนข้างนำหน้าเขาในการแข่งขัน Mr. Emuel Disuza
เป็นอีกหนึ่งคู่แข่งที่ร้อนแรงรองจาก Mr. Rudra Narayan Dutt ล้วนเป็นนักธุรกิจระดับท็อปไฟว์ของประเทศไทย

เมื่อเร็ว ๆ นี้เมื่อปีที่แล้ว Rudra Narayan
ได้เปิดกิจการใหม่ในธุรกิจอสังหาริมทรัพย์
ธุรกิจเครื่องประดับทองและเพชร และได้รับผลกำไรสูง

นายสมชายเป็นคนไทยและอยู่ในธุรกิจนี้มากว่าสองทศวรร ษ
เขาเป็นกองทัพคนเดียวที่ไม่มีใครท้าทายในโดเมนของเขา 'The Bangkok Eye'
ของเขามีบริษัทข้ามชาติในด้านการนำเข้าและส่งออก
ที่ปรึกษาด้านไอที อสังหาริมทรัพย์ โรงแรมและรีสอร์ท
และอื่นๆ อีกมากมาย ดังนั้นเมื่อ Rudra Narayan
เข้าสู่ธุรกิจอสังหาริมทรัพย์ เขาไม่ชอบสิ่งนั้นเลย
ยิ่งไปกว่านั้น เขาพบว่า Rudra Narayan
มีประสิทธิภาพในการทำงานมากกว่ามากและฉลาดในการใช้ไหวพริบในทุกที่ที่ต้องการ และที่สำคัญที่สุดคือ Ravi Narayan
พี่ชายของเขาเป็นผู้เล่นที่สมบูรณ์แบบในโลกธุรกิจ

คู่แข่งคนที่สองของ Rudra Narayan คือ Mr Emuel Disuza แม้ว่าเขาจะมาจากสหรัฐอเมริกา
แต่เขาก็ตั้งรกรากอยู่ในประเทศไทยมากว่าสิบห้าปีและถือสองสัญชาติในประเทศไทย

ธุรกิจของเขารวมถึงอสังหาริมทรัพย์ ร้านอาหารและบาร์ ปุ๋ย ปิโตรเลียมและปิโตรเคมี และการผลิตภาพยนตร์ เขารู้ดีว่านอกจากเขาจะเหนือกว่า Rudra Narayan ในธุรกิจแล้ว การก้าวขึ้นสู่ตำแหน่งของเขาก็เป็นไปไม่ได้ เพื่อสิ่งนั้น เขาก็พร้อมที่จะเสี่ยง

เขามีคนที่มีประสิทธิภาพสูงสุดสองคนในที่ทำงานของเขา คุณรูบี้ ผู้จัดการทั่วไปของ The Bangkok Eye และคุณรูเบล ผู้จัดการทั่วไปของคุณเอ็มมูเอล ซึ่งเป็นคนที่อยู่เบื้องหลังความสำเร็จของคุณเอ็มมูเอล ทั้งคู่เป็นคนไทยที่มีความทะเยอทะยานสูง

คุณพรมิธา PA และฝ่ายทรัพยากรบุคคลของคุณรูดรา นารายัน
เตือนเจ้านายของเธอเสมอและพยายามอย่างดีที่สุดที่จะให้คำแนะนำที่ดีเกี่ยวกับวิธีการรับมือกับคู่แข่ง Rudra Narayan
จำต้องหันไปใช้วิธีปฏิบัติที่ผิดกฎหมายเพื่อให้ธุรกิจของเขาอยู่รอดได้ และในเรื่องนี้ Mr Kunaith ผู้จัดการทั่วไปของเขาได้ช่วยเหลือเขา

คุณคูไนต์เป็นคนที่มีความทะเยอทะยานสูง แต่รูดรา นารายันกลับไว้ใจเขาอย่างไม่วางตา แม้แต่ Ravi Narayan ก็ไม่สามารถเปลี่ยนความเชื่อใจอย่างมืดบอดของพี่ชายที่มีต่อคุณคูไนต์ได้

วันนี้ ธุรกิจของ Rudra Narayan จะต้องประสบกับความล้มเหลวครั้งใหญ่ หาก Ravi Narayan ไม่ได้ตรวจสอบให้ทันเวลา

สปอนดอนกังกูลิ

Rudra Narayan กำลังวาดช่องว่าง
เขาไม่เคยทำผิดพลาดมาก่อน
แต่ตอนนี้เขาไม่สามารถโฟกัสกับธุรกิจได้
ตั้งแต่สองสามวันที่ผ่านมา
องค์กรของเขาสูญเสียการประมูลและสัญญาไปเกือบ 2 ใน 3

Ravi Narayan
น้องชายของเขากำลังทำงานอย่างหนักเพื่อให้ธุรกิจดำเนินไปอย่างราบรื่น

"พี่ชายที่รัก ฉันขอแนะนำให้คุณกลับบ้านไปพักผ่อน
ให้เวลากับอินทรานี ตอนนี้เธอต้องการคุณมากขึ้น
เราอยู่ที่นี่เพื่อดูแลทุกสิ่ง ไม่ต้องกังวล
ทุกอย่างจะไม่เป็นไร" Ravi Narayan
พยายามปลอบใจน้องชายของเขา

"จะดียังไง? อย่าพยายามหลอกฉันด้วยคำพูดโง่ๆ
เป็นเวลาสี่วันแล้วที่ไม่พบร่องรอยของลูกชายของฉัน
ฉันไม่รู้ว่าเขายังมีชีวิตอยู่หรือ..."

"อย่าพูดคำที่รุนแรงเหล่านั้น
ผู้ทรงอำนาจไม่อาจปราณีเราได้ ท้ายที่สุด
เราไม่ได้ทำร้ายใครเลย เท่าที่ฉันรู้ มีความอดทน."

"ฉันทำไม่ได้! คุณเห็นใบหน้าของ Indrani หรือไม่?
ฉันไม่สามารถทนดูใบหน้าที่หิวโหยและซีดเซียวของเธอได้
ธุรกิจนี้จะทำไปเพื่ออะไรถ้าเราไม่ได้ลูกชาย..."

"เชื่อฉัน!
ข้าพเจ้ามีศรัทธาเต็มเปี่ยมในองค์ผู้ทรงมหิทธิฤทธิ์
พาเวลจะกลับมาอย่างปลอดภัย
ผมยังคิดว่ามันเป็นงานของคู่แข่ง
หากเราส่งข่าวให้ดังและชัดเจนว่าเราจะสู้อย่างเต็มที่
พวกเขาจะส่งเด็กกลับในที่สุด" ราวี นารายัน กล่าว

****

เป็นวันที่ห้าที่พาเวลถูกลักพาตัว เขาถูกย้ายจากกรุงเทพฯ ไปตะวันออกไกลใกล้ชายแดนกัมพูชา
ทุกวันเขาถูกผู้ลักพาตัวทุบตี
พวกเขาถ่ายทำการข่มขืนของเขาในบางครั้งเช่นกัน
เขาอ่อนแอทั้งร่างกายและจิตใจและหมดความหวังที่จะหลบหนี
เขาเข้าใจว่าตลอดชีวิตที่เหลือของเขาจะต้องอยู่ในความดูแลของพวกเขา
เขาแปลกใจและไม่เข้าใจว่าทำไมพ่อถึงไม่ดำเนินการใดๆ?
มันยากสำหรับพาเวลที่จะเชื่อว่าพ่อของเขาซึ่งมีอิทธิพลและมีอำนาจมาก ไม่สามารถสืบหาที่อยู่ของเขาได้
แม่ของเขากำลังทำอะไรอยู่
และลุงที่น่ารักของเขาซึ่งเขาไว้ใจและเชื่อด้วยชีวิตของเขา?
พวกเขาทั้งหมดไม่สามารถติดตามคนร้ายเหล่านี้ได้หรือไม่? ยิ่งเขาคิดถึงพวกเขา
เขายิ่งโกรธตัวเองและชะตากรรมของเขา
เขาตระหนักว่าเงินไม่ใช่องค์ประกอบที่ทรงพลังที่สุดในภายหลัง

สปอนดอนกังกูลิ

ก่อนหน้านี้เขาคิดว่าเขาสามารถทำทุกอย่างได้ด้วยเงิน
ถ้าเป็นเช่นนั้น
ทำไมพ่อผู้มั่งคั่งของเขาถึงติดตามเขาไม่ได้?
เขาถูกทรมานแทบทุกวัน ทุบตีบ่อยๆ
ถูกลากไปมีเซ็กส์ตามที่ไอ้สารเลวพวกนี้ต้องการ
เขาเริ่มเกลียดทุกสิ่งทุกอย่างเกี่ยวกับโลกนี้และตัวเขาเอง

เขาหลงลืมเวลา นอนคนเดียวเป็นชั่วโมงๆ
เขาถูกมัดไว้กับเตียงตลอดเวลาโดยไม่ได้สวมเสื้อผ้า
และเห็นลิ่มเลือดที่แขนและขา
พวกเขาเสิร์ฟขนมปังกับผักสำหรับมื้อกลางวันและมื้อค่ำ
เขากลายเป็นคนหมองคล้ำและซีดเซียว
เขาตัดสินใจที่จะลืมอดีต
เขาเข้าใจดีว่าถ้าเขาต้องการอิสระ
เขาต้องทำอะไรสักอย่างด้วยตัวเอง
ไม่ใช่รอความช่วยเหลือ

เขาสังเกตและวัดสภาพแวดล้อม
เป็นเวลานานแล้วที่เขาจะได้เห็นซากิ
อาทและทีมงานจะมาเยี่ยมทุกวัน
เขารวบรวมว่าพวกเขาทั้งหมดเป็นเกย์หรือไบเซ็กชวลและ
มีส่วนร่วมในสื่อลามก

วันนี้มีเพียงคนเดียวเท่านั้นที่เฝ้าพาเวล
ไม่มีใครอยู่ในสายตา
บุคคลนั้นดูเหนื่อยล้าและยุ่งอยู่กับมือถือของเขา
พาเวลขอให้เขาแก้มือและปล่อยให้เขาไปห้องน้ำ
ในขั้นต้นไม่มีการตอบสนองจากบุคคลนั้น

แต่หลังจากร้องขอซ้ำแล้วซ้ำเล่า
เขาก็แก้มัดพาเวลและพาไปที่ห้องน้ำซึ่งเป็นห้องที่อยู่ติดกัน
พาเวลเจ็บปวดและอ่อนแอเพราะบาดแผลที่เขาได้รับเป็นประจำ

"เร็วเข้า!" ตะโกนคน เมื่อพาเวลพูดจบ
เขาก็ค้นหาไปรอบๆ
ห้องมืดเพื่อหาบางสิ่งที่จะช่วยให้เขาหลบหนีได้
โชคดีพบของมีคมน่าจะเป็นท่อนไม้
เขาซ่อนมันไว้ในมือแล้วไปที่ประตู
ทันทีที่เพื่อนเข้ามาใกล้เขาพยายามตีคนคนนั้นด้วยไม้บล็อก แต่พลาดไปอย่างหวุดหวิด คนๆ
นั้นต่อยพาเวลเข้าที่จมูกเต็มแรง
ทำให้เขาล้มลงเลือดกำเดาไหล โชคไม่เข้าข้างพาเวล
เขาพยายามเป็นครั้งสุดท้ายที่จะวิ่งไปสู่อิสระทางประตูที่เปิดอยู่ อาทตีหัวเขาด้วยไม้พลอง
และเขาจำได้ว่าถูกชกเข้าที่ห้องซ้ำแล้วซ้ำเล่า

อาทจับพาเวลโยนลงบนเตียงแล้วเริ่มเปลื้องผ้า

****

“คุณตัดสินใจทำอะไรกับเด็กคนนั้น?
เราจะอยู่ที่นี่กับเขานานแค่ไหน"
หนึ่งในสมาชิกของแก๊งลักพาตัวถาม

“ฉันมีแผนอื่น ปาร์ตี้พร้อมแล้ว
เขาเสนอเงินจำนวนมากสำหรับเด็กคนนี้
ทันทีที่เจ้านายให้สัญญาณสีเขียว

สปอนดอนกังกูลิ

เราจะส่งเขาข้ามพรมแดน
อยู่ด้วยกันอีกสักสองสามวันจนกว่าจะถึงเวลานั้น"
อาทตอบ

"อย่าลืมรัดเขาให้แน่นนะคราวนี้ระวังด้วย
อย่าฟังเขาแม้ว่าเขาจะร้องขอบางอย่างก็ตาม"

"ตกลง บอส อย่างที่นายพูด"

ทันใดนั้นโทรศัพท์ของอาทก็แจ้งว่ามีข้อความเข้ามา

"โทรหาหมายเลขอื่นของฉัน หลังจากอ่านข้อความนี้แล้ว
ให้ทำลายโทรศัพท์และซิมนี้ซะ"
อ่านข้อความในมือถือของอาท

"เกิดอะไรขึ้น? มีอะไรต้องกังวลหรือเปล่า"
ถามสมาชิกแก๊งคนหนึ่ง

"ขอผมคุยกับบอสก่อน" อาทตอบแล้วเดินออกไป
เขากลับมาภายในไม่กี่นาที

"ฟังนะ เราต้องกำจัดเขาทันที
ทำงานให้เสร็จและหนีออกจากที่นี่ ปล่อยให้ลูก ๆ
ของคุณลงไปใต้ดินในตำแหน่งที่แตกต่างกัน
อย่ามาใกล้ตำแหน่งนี้อีกสักพัก" อาทรีบออกคำสั่ง

"ตกลง แต่มีอะไรร้ายแรงมากไหม
ฉันได้เปิดเผยแผนการของฉันสำหรับเด็กคนนี้ "

"หยุดแผนการโง่เขลาทั้งหมดของคุณและเชื่อฟังคำสั่งของ
ฉัน ทำตามที่ฉันพูด! ไม่อนุญาตให้มีข้อผิดพลาด
ใจเย็นๆ" อั๊ตตะโกน

"ได้เลยครับบอส"

อาทหยิบซิมออกจากโทรศัพท์และหักมันเป็นชิ้นๆ

ผู้ลักพาตัวได้รับคำเตือนว่าถูกจับได้และด้วยเหตุนี้จึงได้รับคำแนะนำให้ลงไปใต้ดิน

พวกเขาจึงตัดสินใจละทิ้งสถานที่นั้นและทำลายหลักฐานทั้งหมดของพาเวลในสถานที่นั้น

พวกเขาราดน้ำมันทั่วโกดังและจุดไฟเผาทิ้งพาเวลหมดสติอยู่บนเตียง

****

น้อย อายุ 23 ปี เป็นคนขยันขันแข็ง อาศัยอยู่ในกรุงเทพฯ ทำงานในโรงงานเล็กๆ เพื่อหาเลี้ยงชีพ เขาไม่มีครอบครัว

เขาเป็นเด็กกำพร้าและหญิงชราชื่อ Sine ได้เลี้ยงดูเขามาวัยหนุ่มของเขาผ่านไปในวัดพุทธหลังจากการตายของ Sine

เขาเรียกไซน์ว่าย่าของเขาและมีความทรงจำที่สวยงามเกี่ยวกับเธอ

น้อยไม่รู้อะไรเลยเกี่ยวกับพ่อแม่และชาติกำเนิดของเขา สำหรับเขา ไซน์คือทุกอย่างจนกระทั่งเธอตาย

เมื่อซายน์ทราบข่าวว่าเธอป่วยและมีชีวิตอยู่ไม่ได้อีกหลายวัน

เธอจึงบริจาคน้อยให้กับวัดในศาสนาพุทธที่เขาเติบโตขึ้นมาจนอายุสิบหกปี แต่ก่อนที่เธอจะตาย

เธอบอกน้อยเกี่ยวกับพ่อแม่ของเขาทุกอย่างที่เธอรู้

น้อยไม่สามารถจบการศึกษาได้เนื่องจากขาดความช่วยเหลือทางการเงิน และเขาต้องไปทำงานตั้งแต่อายุสิบเจ็ด

ยามว่างจากงานก็กลับมาที่หมู่บ้านและพักที่บ้านของไซน์
พร้อมกับความทรงจำของเธอ
เพื่อนบ้านของเขาชอบเขาในพฤติกรรมและความใจดีของเ
ขา เขาจะมีส่วนร่วมกับเด็กๆ ที่นั่น
และเมื่อใดก็ตามที่เขากลับมา
เขาจะซื้อของบางอย่างให้พวกเขาและมีความสุขกับรอยยิ้ม
บนใบหน้าของพวกเขา
เขายังกังวลเกี่ยวกับสวัสดิภาพของหมู่บ้านและผู้คน
ซึ่งส่วนใหญ่เป็นเด็กๆ เขาฝันว่าเด็ก ๆ
จะได้รับการศึกษาที่ดีและมีชื่อเสียงเมื่อโตขึ้น
แม้ว่าการศึกษาของน้อยจะหยุดลงเมื่ออายุได้สิบหกปี
แต่เขาก็ได้เรียนรู้ทักษะทางเทคนิคเพื่อหาเลี้ยงชีพ
เขาเคยเก็บออมเงินจากสิ่งที่เขาได้รับเป็นค่าจ้าง
เมื่อได้เป็นจำนวนมากก็ใช้จ่ายเพื่อความเป็นอยู่ของเด็ก
ผู้คนในหมู่บ้านนี้ยากจน
ส่วนใหญ่ทำงานในเมืองเพื่อหาเลี้ยงชีพและในไร่นาของชุม
ชนในฐานะคนงานเพาะปลูก
แม้จะยากจนแต่ในหมู่บ้านก็มีความสามัคคีและสงบสุข
ผู้คนที่อาศัยอยู่ที่นั่นให้ความร่วมมือ เอื้ออาทร
ช่วยเหลือเกื้อกูลกัน ในช่วงที่น้อยไม่อยู่
เพื่อนบ้านของเขาก็ดูแลบ้านและดูแลมัน

****

"ฟังนะ คุณต้องออกไปจากบ้านหลังนี้และอย่ากลับมาอีก
เราไม่ต้องการให้คุณอยู่ที่นี่" เขาพูดด้วยน้ำเสียงแข็งกร้าว

"แต่ฉันควรจะไปที่ไหน?
ฉันมีความทรงจำเกี่ยวกับคุณย่าและฉันที่นี่" น้อยตอบ

"นั่นไม่ใช่อาการปวดหัวของเรา ไอ้สารเลว!
คุณกินปันส่วนฟรีจากน้องสาวของฉันมากพอแล้ว
เธอไม่อยู่แล้ว เธอควรหยุดมาที่นี่" เขากล่าว

"แต่คุณย่าบอกว่าบ้านหลังนี้เป็นของฉัน แล้วก็..."
น้อยพูดต่อ

"เลขที่! ฟังนะ คุณย่าของคุณตายแล้ว และเมื่อมีเธอ
ชีวิตที่สุขสบายของคุณก็หายไปด้วย หยุดมาที่นี่เดี๋ยวนี้"

"ไม่ ฉันไม่ยอม และถ้าคุณยังยืนกราน
ฉันจะไปหาผู้ใหญ่บ้าน แล้วก็ไปหาตำรวจ
ฉันไม่ใช่เด็กเล็กอีกต่อไป
คุณไม่สามารถก่อกวนฉันได้ตามที่คุณต้องการ"

"ตกลง เราจะทำให้ได้ว่าคุณมาที่นี่ไม่ได้"

น้อยสังเกตว่าชีวิตอยู่อย่างอนาถหลังจากที่คุณย่าของคุณ
สีเสียชีวิต ตั้งแต่เด็ก
เขาเห็นว่าลุงและครอบครัวของเขาไม่ชอบเขาเกินกว่าจะจิ
นตนาการได้
และไม่เคยละทิ้งโอกาสที่จะเกลี้ยกล่อมซายน์ให้ไล่เขาออก
จากบ้านของเธอ แต่ไซน์เป็นผู้หญิงที่แตกต่างออกไป
เธอได้รับความรักความเอาใจใส่และความเสน่หาของเขา
พระเจ้าเท่านั้นที่รู้เหตุผลที่ทำให้เธอทำเช่นนั้น
แม้จะถูกกดดันอย่างหนักจากญาติสนิทของเธอ
เธอก็ไม่เคยปล่อยให้น้อยคลาดสายตา

สปอนดอนกังกูลิ

ตอนนี้น้อยเป็นหนุ่มวัยทำงานมีรายได้พอสมควร แต่ก็คิดถึงยายทุกวัน

จะเป็นอย่างไรถ้าพระเจ้าสามารถเพิ่มชีวิตของ Sine ได้อีกหลายปี น้อยสามารถดูแลเธอตอนนี้เมื่อเขามีรายได้ เขาไม่สามารถแสดงให้เห็นว่าเขาสามารถเป็นลูกชายที่ดีให้กับคุณย่าสุดที่รักของเขาได้เพียงใด เขาอยากจะทำอาหารให้เธอ ให้ค่าจ้างกับเธอ และดูแลความต้องการของเธอ เขาไม่เข้าใจว่าทำไมพระเจ้าช่างตระหนี่และไร้ความปรานี

ในระหว่างที่เขาอยู่ในอาราม เขาถามหัวหน้านักบวชเกี่ยวกับชีวิตที่น่าสังเวชและเคราะห์ร้ายของเขา แต่ไม่สามารถได้คำตอบที่น่าพอใจซึ่งสมเหตุสมผลกับสิ่งที่เกิดขึ้นกับเขา

นับเป็นครั้งที่สี่ติดต่อกันแล้วที่พวกเขามาข่มขู่พระองค์โดยไม่มีเหตุผล เขาจึงตัดสินใจนำเรื่องนี้ไปปรึกษาผู้ใหญ่บ้านและให้เขาตัดสินใจว่าจะทำอย่างไรและจะกำจัดปัญหาของเขาอย่างไร เขาทำงานหนักโดยไม่มีเวลาว่างตลอดทั้งสัปดาห์ยกเว้นสองวันทุกไตรมาส เขากลับมาที่หมู่บ้านในสองวันนั้นเท่านั้น ส่วนที่เหลือของสัปดาห์ มันยังคงล็อกอยู่ บ่อยครั้งที่เขาต้องเผชิญกับปัญหาที่ไม่ได้รับเชิญนี้ เขารู้ดีว่าพวกเขาไม่สามารถดำเนินการทางกฎหมายใดๆ กับเขาได้ ซึ่งเป็นสาเหตุที่ทำให้พวกเขาใช้วิธีข่มขู่คุกคาม

เพื่อนบ้านของเขารู้เรื่องนี้และพวกเขาก็สนับสนุนนอยเสมอในเรื่องนี้

แต่คราวนี้มันก้าวข้ามขีดจำกัดทั้งหมด
น้อยเพิ่งกลับมาจากการทำงานเป็นเวลาสองสัปดาห์
และพวกเขาก็เริ่มคุกคามเขา
ครั้งนี้พวกเขาเดินหน้าและนำพรรคพวกมาด้วยเพื่อทำให้น่ากลัวยิ่งขึ้น
โชคยังดีที่ผู้ใหญ่บ้านที่เดินผ่านมาเห็นลูกน้องลวนลามน้อย พระองค์ทรงเฆี่ยนตีพวกเขาอย่างดีแล้วส่งพวกเขาไป

“คุณอย่ากลัวพวกเขา เราทุกคนอยู่กับเธอนะลูก”
ผู้ใหญ่บ้านบอกด้วยความมั่นใจ

"ฉันรู้. เพราะพวกคุณทุกคน ฉันจึงปลอดภัยที่นี่”
น้อยตอบ

“ฉันขอแนะนำให้คุณยื่นคำร้องต่อตำรวจต่อเขา
ฉันจะไปกับคุณด้วย และอีกอย่างหนึ่ง
ถึงเวลาที่คุณจะเริ่มต้นสร้างครอบครัว
พวกเขามีโอกาสนี้เพียงเพราะคุณไม่มีครอบครัว
ถ้าคุณแต่งงานกับผู้หญิงจากหมู่บ้านนี้
พวกเขาจะไม่กล้าสู้กับคุณและครอบครัวของคุณ”
ผู้ใหญ่บ้านกล่าว

“แต่ฉันไม่มีข้อมูลเกี่ยวกับพ่อแม่ของฉัน
คุณยายบอกเรื่องนี้กับฉันก่อนที่เธอจะเสียชีวิต
ตอนนี้คุณบอกฉันว่าใครจะยกลูกสาวให้กับเด็กกำพร้าที่พ่อแม่ไม่รู้”

สปอนดอนกังภูลิ

"คุณกำลังคิดโดยไม่จำเป็น นั่นไม่ใช่ประเด็นเลย ตกลงฉันจะพูดเกี่ยวกับการแต่งงานของคุณในการประชุมหมู่บ้านครั้งต่อไป
แต่คุณสัญญากับฉันว่าจะตกลงแต่งงานกับผู้หญิงที่เราเลือกให้คุณ"

"ขอเวลาฉันคิดอีกหน่อย" น้อยตอบ

น้ำตก_อทยานแห่งชาติน้ำตกเจ็ดสาวน้อย

บทที่ 2: ฉันลงจอดที่ไหน

กาฬสินธุ์

ภาคอีสาน เป็นภูมิภาคที่ใหญ่ที่สุดของประเทศไทย ตั้งอยู่บนที่ราบสูงโคราช มีพรมแดนติดกับแม่น้ำโขง (ตามแนวชายแดนติดกับประเทศลาว) ทางทิศเหนือและทิศตะวันออก ติดกับประเทศกัมพูชาทางทิศตะวันออกเฉียงใต้ และเทือกเขาสันกำแพงทางทิศใต้ของจังหวัดนครราชสีมา ภูมิภาคนี้มีความหลากหลายทางชีวภาพสูงและมีสัตว์เฉพาะถิ่นหลายชนิด มีอุทยานแห่งชาติหลายแห่ง

เกษตรกรรมเป็นภาคเศรษฐกิจที่ใหญ่ที่สุด มันเติบโตในนาข้าวที่มีการระบายน้ำไม่ดีซึ่งยังคงถูกน้ำท่วมจากลำธาร แม่น้ำ และสระน้ำที่อยู่ใกล้เคียง

วัฒนธรรมของอีสานส่วนใหญ่มาจากลาวและมีความคล้ายคลึงกับประเทศเพื่อนบ้านอย่างลาว ความสัมพันธ์นี้ปรากฏอยู่ในอาหาร การแต่งกาย สถาปัตยกรรมของวัด เทศกาล และศิลปะของภูมิภาค อีสานเป็นส่วนที่สวยงามของประเทศไทย หากคุณเบื่อกับถนนข้าวสาร วัดแล้ววัดเล่า หรือพักผ่อนบนชายหาด อีสานเป็นที่รู้จักในนาม 'อู่ข้าวอู่น้ำ' ของไทย เป็นพื้นที่เกษตรกรรมที่อุดมสมบูรณ์ มีความแตกต่างเล็กน้อย วัฒนธรรมที่ผ่อนคลาย ผู้คนที่อบอุ่นและอ่อนน้อมถ่อมตน ภาษาและอาหาร

คนอีสานมีจิตใจโอบอ้อมอารี โอบอ้อมอารี
ถ้าคุณกินอาหารที่พวกเขาให้คุณ
คุณจะมีเพื่อนไปตลอดชีวิต!

จังหวัดกาฬสินธุ์
เป็นหนึ่งในเจ็ดสิบหกจังหวัดของประเทศไทยในภาคตะวัน
ออกเฉียงเหนือตอนบนของประเทศไทย ภาคอีสาน
พื้นที่ส่วนใหญ่ปกคลุมด้วยภูมิประเทศที่เป็นเนินเขา
กาฬสินธุ์ขึ้นชื่อเรื่องฟอสซิลไดโนเสาร์ที่ภูกุ้มข้าว
แหล่งไดโนเสาร์ที่ใหญ่ที่สุดในประเทศไทย
กาฬสินธุ์เป็นจังหวัดเกษตรกรรมที่ผลิตข้าวเหนียวและพืชเ
ศรษฐกิจอื่นๆ เช่น มันสำปะหลังและอ้อย
ครอบครัวโดยทั่วไปยากจนในพื้นที่ชนบทแห่งนี้และหาเลี้
ยงชีพด้วยการผลิตตะกร้าและผ้าไหมซึ่งมีชื่อเสียงในภูมิภาค
นี้ เรื่องราวของเราจะเปลี่ยนจากกรุงเทพฯ มาอยู่ที่นี่
หมู่บ้านแห่งหนึ่งในจังหวัดกาฬสินธุ์

****

โดยทั่วไป
น้อยจะลงที่ป้ายการไฟฟ้าส่วนภูมิภาคกาฬสินธุ์เมื่อมาจาก
กรุงเทพฯ จากนั้นนั่ง *รถตุ๊กๆ* ไปบ้านโนนยาง
แล้วเดินต่อไปอีกประมาณครึ่งชั่วโมงก็ถึงบ้าน
แต่วันนี้ลงที่สนามกีฬาสื่อสารกาฬสินธุ์ต้องเดินต่ออีกไม่กี่
นาทีเพื่อนั่ง *รถตุ๊กๆ* ไปบ้านโนนยาง
ขณะนั้นเป็นเวลาประมาณ 09.00 น.
น้อยกำลังเพลิดเพลินอยู่กับความสงบในยามค่ำคืน
เมื่อเขาเห็นไฟจึงวิ่งไปหา

อย่า ปล่อยฉัน

เขาเห็นเปลวไฟออกมาจากอาคารใกล้ถนน
น้อยมองดูตึกร้างเหล่านี้ตลอดทางกลับบ้าน
วันนี้ไฟไหม้โกดังเก่า

เมื่อเห็นอาคารลุกเป็นไฟ
สิ่งแรกที่เขานึกถึงคือมีคนอยู่ข้างในหรือไม่และต้องการความช่วยเหลือจากเขาหรือไม่
คิดได้ดังนั้นเขาจึงวิ่งไปที่อาคาร
เมื่อเข้ามาใกล้ก็ได้ยินเสียงคร่ำครวญจากข้างใน
เขาเตะที่ประตู
ในตอนแรกเขาไม่สามารถแยกแยะอะไรออกได้นอกจากไฟ
แต่ทันใดนั้นเขาก็เห็นใครบางคนนอนอยู่ในโกดังบนเตียงที่ขาดรุ่งริ่ง และไฟกำลังจะเผาผลาญเขาในไม่ช้า
โดยไม่เสียเวลาและคิดถึงความปลอดภัยของตัวเอง
เขากระโดดเข้าไปในกองไฟแล้วลากคนๆ
นั้นไปยังที่ปลอดภัย
เขาไม่ได้กังวลเกี่ยวกับอาการบาดเจ็บเล็กน้อยที่เขาได้รับ
แต่รู้สึกโล่งใจที่สามารถช่วยชีวิตได้ เขาสังเกตว่าคนๆ
นั้นเป็นเด็กวัยรุ่น เขาได้รับบาดเจ็บสาหัสและไม่ได้สติ

น้อยพยายามอย่างเต็มที่เพื่อชุบชีวิตเด็กชายแต่ไม่สำเร็จ
เวลาเกือบหนึ่งทุ่มครึ่ง และพื้นที่ก็รกร้าง
ไม่มีโอกาสได้รับความช่วยเหลือจากใครเลย
ด้วยความยากลำบาก
เขาแบกเด็กไว้บนหลังและเริ่มเดินโดยไม่ต้องคิด
เพราะเด็กต้องการการดูแลทางการแพทย์โดยด่วน
เห็นได้ชัดว่ามีสิ่งเลวร้ายเกิดขึ้นกับเด็กชาย

สปอนดอนกังกูลิ

เสื้อผ้าของเขาขาดวิ่นและมอมแมม
เขาได้รับบาดเจ็บสาหัสและมีเลือดออกด้วย

โชคดีที่น้อยได้รับความช่วยเหลือจากกลุ่มคนงานในโรงงานที่เดินผ่านมา บางคนรู้จักน้อยดี
โดยไม่เสียเวลาซักถามจึงพาทั้งคู่ส่งโรงพยาบาลธนบุรีกาฬสินธุ์ ซึ่งเป็นโรงพยาบาลที่ใกล้ที่สุดจากจุดเกิดเหตุ
เจ้าหน้าที่ของโรงพยาบาลได้จัดหาบริการทางการแพทย์ให้กับเด็กชายทันที
แต่ในขณะเดียวกันพวกเขาก็โทรหาตำรวจท้องที่และแจ้งให้พวกเขาทราบเกี่ยวกับผู้ป่วย
แพทย์ได้ตรวจสอบผู้ป่วยอย่างละเอียด
ให้การปฐมพยาบาลเบื้องต้น
จากนั้นตรวจดูบาดแผลและร่างกาย หัวหน้าแผนกฉุกเฉิน ดร.ออสติน
ถูกเรียกเนื่องจากอาการของผู้ป่วยอยู่ในขั้นวิกฤต
ตำรวจมาถึงที่นั่นและรับทราบทุกอย่าง
เจ้าหน้าที่โรงพยาบาลและตำรวจทำการสอบปากคำน้อย
เนื่องจากอาการของผู้ป่วยอยู่ในขั้นวิกฤติ
น้อยจึงถูกขอให้อยู่ต่อจนกว่าเด็กชายจะฟื้นคืนสติ
ตำรวจเตือนน้อยอย่าออกนอกสถานที่และบอกให้เขาไปแจ้งความที่สถานีตำรวจ เจ้าหน้าที่ได้ลงบันทึกแจ้งความไว้ที่ สน. และส่งทีมไปตรวจสอบยังสถานที่เกิดเหตุ

ขณะเดียวกัน
แพทย์บอกกับตำรวจว่าผู้ป่วยอดอาหารและมีร่องรอยถูกเจาะทวารหนักและถูกบังคับมีเพศสัมพันธ์

แพทย์บอกกับตำรวจว่าเขาจะให้ข้อมูลเพิ่มเติมหลังจากการตรวจสุขภาพของเหยื่อและน้อย
จึงแจ้งนายน้อยไปตรวจสุขภาพเพื่อทำการสอบสวน
ในตอนแรกเขารู้สึกดูถูกและเสียใจที่ได้ยินเรื่องนี้
น้อยใจที่ความลำบากในการช่วยชีวิตคนที่ไม่รู้จักสูญเปล่า
ยิ่งกว่านั้นเขาถูกสงสัยว่าเป็นผู้กระทำความผิด

"นี่มันไร้สาระ ถ้าฉันเป็นคนทำทั้งหมดนี้
ฉันโง่หรือเปล่าที่พาเขามาที่นี่" น้อยคัดค้านอย่างรุนแรง

"เราเข้าใจประเด็นของคุณเป็นอย่างดี
แต่มันจะช่วยให้คุณพิสูจน์ความบริสุทธิ์ได้ ดูสิ
คนไข้ไม่ได้แค่บาดเจ็บเท่านั้น
แต่เป็นเรื่องของการข่มขืนด้วย
มีหลักฐานชัดเจนถึงการร่วมประเวณีกับเขา
อาจจะคนเดียวหรือมากกว่าหนึ่งคนก็ได้"
ดร.ออสตินพยายามเกลี้ยกล่อมน้อย

"เรารู้กฎหมายเป็นอย่างดี
และเราก็รู้จิตวิทยาของอาชญากรด้วย
บางครั้งพวกเขาอาจดำเนินการดังกล่าวเพื่อเบี่ยงเบนความสนใจของตำรวจ ดังนั้นคุณไม่สามารถหลอกเราได้
ฉันมีสิทธิ์เต็มที่ที่จะจับคุณไปคุมขังแล้วสั่งตรวจร่างกาย
คุณไม่มีข้อพิสูจน์ใด ๆ ที่จะพิสูจน์ว่าตัวเองบริสุทธิ์" OIC
กล่าวด้วยน้ำเสียงที่เคร่งขรึม

"โปรดอย่ารุนแรงกับเขา ให้ฉันจัดการกับสถานการณ์
หวังว่าเขาจะให้ความร่วมมือ" ดร.ออสติน กล่าวกับ คปภ.

สปอนดอนกังกูลิ

"ฟังนะ พ่อหนุ่ม นี่เป็นเพียงการทดสอบง่ายๆ ที่คุณต้องทดสอบเท่านั้น ไม่มีอะไรอื่นอีก"
ดร.ออสตินโน้มน้าวใจน้อย

น้อยต้องไปตรวจสุขภาพโดยไม่เต็มใจ
แพทย์รู้สึกประหลาดใจที่เห็นว่าน้อยสงบสติอารมณ์ได้แม้หลังจากได้รับบาดเจ็บที่มือเนื่องจากไฟลวก
พวกเขาให้การปฐมพยาบาลแก่เขา ปลอบประโลม และเตรียมเขาให้พร้อมสำหรับการทดสอบทางการแพทย์

นายอารอนมาที่ห้องทำงานของรูดรา นารายัน และสอบปากคำเจ้าหน้าที่พร้อมกับราวี นารายัน และรุทรา นารายันอีกครั้ง

"นี่คืออะไร?
เป็นเวลาเกือบหนึ่งสัปดาห์แล้วที่ลูกชายของฉันถูกลักพาตัว
และแทนที่จะตามหาเขาและสอบสวนคู่แข่งทางธุรกิจของฉัน คุณกลับรบกวนฉันและครอบครัวซ้ำแล้วซ้ำเล่า" รูดรา นารายันถามด้วยความรำคาญใจ

"ฉันขอโทษที่รบกวนคุณ
แต่เรากำลังทำหน้าที่ของเราอย่างเหมาะสม
เรารู้ว่าต้องสอบปากคำใครและจะจัดการกับคดีอย่างไร" นายอรอนกล่าว

"ฉันต้องการสอบปากคำพี่เขยและคนขับรถของคุณอีกครั้ง นอกจากนี้

เราจำเป็นต้องพูดคุยกับผู้จัดการทั่วไปของคุณและ PA กรุณาจัดห้องสำหรับพูดคุยตัวต่อตัว" เจ้าหน้าที่กล่าว

"แน่นอน คุณสามารถอยู่ในห้องประชุมของเราได้ และฉันจะบอกให้พวกเขาไปคุยกับคุณทีละคน ผู้ถือสำนักงานจะพาคุณไปที่ห้องประชุม มันอยู่ชั้นหนึ่ง"

นายอรอนได้เฝ้าดูสำนักงานระหว่างทาง เขามาจากกองตำรวจสันติบาลซึ่งมีหน้าที่ดูแลความปลอดภัยและความมั่นคงของกลุ่มชนชั้นนำของกรุงเทพฯ ทั้งจากโลกธุรกิจและสนามการเมือง เขารู้วิธีทำงานกับพวกเขาและดึงคำพูดออกจากปากพวกเขา หากจำเป็น Rudra Narayan อยู่ในกลุ่มชนชั้นสูงของเมือง ดังนั้นเขาจึงต้องระมัดระวังในการเคลื่อนไหวของเขา

เขาได้รับการต้อนรับอย่างดีที่สุดและมั่นใจว่าจะได้รับความร่วมมืออย่างเต็มที่ที่นั่น แต่เขาสงสัยว่ามีบางอย่างเกิดขึ้นหลังม่าน

"คุณดิลีป เราต้องการแจ้งให้คุณทราบว่าเรามีข้อมูลบางส่วนที่ต่อต้านคุณ ในช่วงไม่กี่เดือนที่ผ่านมา คุณไปคลับและบาร์ต่างๆ ใช่ไหม" คุณอารอนถาม "ใช่ ฉันบอกคุณแล้วว่าฉันเคยพาเวลไปงานปาร์ตี้และงานต่างๆ ของเขา เรื่องใหญ่อะไรขนาดนั้น"

“ไม่ ไม่ใช่อย่างนั้น
คุณไปบาร์บางแห่งที่มีแต่ผู้ชายคนเดียว
ให้ฉันพูดให้ชัดเจน บาร์เกย์ ฉันพูดถูกไหม”

“ว่าไงครับเจ้าหน้าที่?
ฉันเป็นคนตรงๆไม่มีรสนิยมทางเพศต่อผู้ชาย
คุณสามารถถามใครก็ได้เกี่ยวกับเรื่องนี้"

"เราขอดูอุปกรณ์อิเล็กทรอนิกส์ทั้งหมดของคุณได้ไหม"

"เจ้าหน้าที่
ทำไมฉันต้องให้แล็ปท็อปและมือถือของฉันกับคุณ?
และแทนที่จะค้นหาลูกของเรา
คุณกำลังเบี่ยงเบนคดีไปอีกทางหนึ่ง
อย่าลืมว่าพี่เขยของฉันมีฐานที่มั่นในแผนกของคุณเชนเดียวกับในรัฐบาลด้วย”

“ฉันขอโทษคุณดิลีป ฉันไม่ได้หมายความอย่างนั้น
ฉันขอความร่วมมือจากคุณในกรณีนี้
เจ้าไปได้แล้วบอกคนต่อไปให้เข้ามา”

ดิลีพออกไปจากห้องประชุม เขาเดือดดาลด้วยความโกรธ
เจ้าหน้าที่คนนี้เป็นใครกัน? ให้ฉันคุยกับพี่เขยของฉัน
ผู้ชายคนนี้ไร้ค่าและตีไปโน่นมานี่แทนที่จะทำหน้าที่ให้ถูกต้อง

“คุณกำลังพึมพำอะไร Dileep?” Ravi Narayan หยุดเขาระหว่างทาง

“ไม่มีอะไรครับพี่ ผมแค่ระบายความคับข้องใจเท่านั้น
ฉันไม่สามารถเห็นสถานการณ์ของน้องสาวของฉันที่บ้านไ

ด้ คุณต่อสู้ทั้งวันทั้งคืนเพื่อตามหาพาเวล
และมีเจ้าหน้าที่โง่ๆ คนนั้น…”

“เมื่อกี้เขาทำอะไร”

“เขาเพิ่งแสดงให้เห็นถึงความไร้ประสิทธิภาพของเขา
คุณนึกภาพออกไหม ผู้ชายโง่ๆ
คนนั้นกำลังพยายามตำหนิเราที่ลักพาตัวลูกของเราไป”

“อย่าไปยุ่งกับมัน มันเป็นวิธีการสืบสวนของพวกเขา
ผู้ต้องสงสัยคนแรกคือสมาชิกในครอบครัวเสมอ
คุณไม่สามารถช่วยได้”

“แต่วิธีที่เขาถามคำถาม ถ้าคุณอยู่ที่นั่น
คุณจะรู้สึกเดือดเนื้อร้อนใจ
ฉันแน่ใจว่าเขาไม่สามารถทำอะไรได้
เขากำลังเสียเวลาของเราเท่านั้น”

หลังจากสอบปากคำ Dileep, Kunaith และ Ms. Promitha
แล้ว นาย Aron ได้ลาจาก Rudra Narayan
การซักถามกับคูไนต์นั้นยาวนานที่สุด ประมาณสองชั่วโมง
ท้ายที่สุด
คุณนัยน์ก็เปิดใจยอมรับว่าเขากำลังวางแผนที่จะเปลี่ยนทีม
และเข้าร่วม 'The Bangkok Eye' เพื่อโอกาสที่ดีกว่า
นอกจากนี้เขายังยอมรับว่าได้ติดต่อกับนายรูเบล PA ของ
Emuel และช่วยให้พวกเขาได้รับการประมูล
อารอนเคยเตือนเขาว่าอย่าหลงระเริงกับพฤติกรรมที่ผิดกฎ
หมายและสร้างปัญหาให้ตัวเองไปมากกว่านี้

และสัญญาว่าจะไม่เปิดเผยสิ่งใดให้รูดรา นารายันรู้ คุณณัฏฐ์ตกลงที่จะให้ข้อมูลแก่คุณอรอนอย่างสม่ำเสมอ

อารอนจะต้องไปพบคุณสมชายและคุณเอมมูเอลเป็นการส วนตัวเกี่ยวกับคดีนี้
ปัญหาเกี่ยวกับสมชายและเอมูเอลคือทั้งสองคนเป็นคนที่มีชื่อเสียงจากกลุ่มชนชั้นสูง มาถึงตอนนี้
ผู้ช่วยของเขาได้รวบรวมข้อมูลที่เกี่ยวข้องทั้งหมดโดยละเอียดเกี่ยวกับสามทีมใหญ่ ได้แก่ รุทรา นารายัน, สมชาย และเอมูเอล
นอกจากนี้เขายังอัปเดตอารอนด้วยรายละเอียดทั้งหมดของเหตุการณ์ในคืนนั้นเกี่ยวกับภาพจากกล้องวงจรปิดและการสอบสวนกับเจ้าหน้าที่สโมสรและคนในพื้นที่

การสอบสวนครั้งนี้ต้องการให้พวกเขาออกไปจากกรุงเทพ ฯ และชายแดนข้างเคียง

ตำรวจไทยทำงานในห้าส่วนที่แตกต่างกัน
อันดับสูงสุดคือสำนักงานตำรวจแห่งชาติ
สำนักงานตำรวจแห่งชาติ (สตช .)
เป็นกองกำลังสำนักงานตำรวจแห่งชาติ
พวกเขามีหน้าที่รับผิดชอบหลักในการรักษาความสงบเรียบร้อยของประชาชนผ่านการบังคับใช้กฎหมายของราชอาณาจักร ซึ่งออกโดยกรมตำรวจแห่งชาติ (สตช.)
ซึ่งเป็นหน่วยงานย่อยของกระทรวงมหาดไทย
หน้าที่ในการปฏิบัติหน้าที่ของตำรวจทั่วประเทศ TNPD เป็นหน่วยงานที่รวมกันซึ่งมีอำนาจและอิทธิพลในชีวิตของชาติไทยในบางครั้งเทียบได้กับกองกำลังติดอาวุธ

จากนั้นมี **กองกำกับการตำรวจตระเวน** ชายแดน
กำลังพล 40,000 นาย BPP และ PARU
เป็นผลงานส่วนใหญ่ของ CIA ของสหรัฐฯ BPP
นอกจากปกป้องพรมแดนแล้ว ยังตอบโต้
"การแทรกซึมและการโค่นล้ม..." และดำเนินการ
"ในฐานะกองกำลังกองโจรในพื้นที่ที่ข้าศึกยึดครอง" เช่น
ภาคตะวันออกเฉียงเหนือและภาคใต้ของประเทศไทย
PARU
เป็นหน่วยขนาดเล็กที่ใช้ในภารกิจลับนอกประเทศไทย

ส่วนอื่น ๆ ได้แก่ -

กองบัญชาการตำรวจปราบปรามยา เสพติด
หน่วยงานหลักในการสืบสวนปราบปรามยาเสพติดในประเ
ทศไทย **กองบัญชาการตำรวจสันติบาล ซึ่ง**
บางครั้งเรียกว่า "ตำรวจการเมือง"
ซึ่งมีหน้าที่ควบคุมกิจกรรมที่บ่อนทำลายและทำหน้าที่เป็น
องค์กรข่าวกรองที่สำคัญของสำนักงานตำรวจแห่งชาติ
นอกจากนี้ยังรับผิดชอบในการคุ้มครองวีไอพี

นอกเหนือจากนี้ยังมีอีกกองหนึ่งคือ
กองบังคับการตำรวจภูธร
มีส่วนร่วมในองค์ประกอบส่วนใหญ่ของสำนักงานตำรวจแ
ห่งชาติทั้งในด้านบุคลากรและความรับผิดชอบทางภูมิศาส
ตร์
โดยมีผู้บัญชาการซึ่งรายงานต่อผู้บัญชาการตำรวจและบริ
หารงานผ่านสี่ภูมิภาคของตำรวจ
ซึ่งเป็นพื้นที่รับผิดชอบทางภูมิศาสตร์ที่คล้ายคลึงกับผู้บังคั

สปอนดอนกังภูลิ

บบัญชาระดับภูมิภาคของกองทัพ
กองกำลังนี้ให้บริการตำรวจทุกเมืองและทุกหมู่บ้านทั่วราชอาณาจักรยกเว้นเขตปริมณฑลและเขตชายแดน
ตำรวจจังหวัดจึงทำหน้าที่บังคับใช้กฎหมาย
และในหลายกรณี
เป็นตัวแทนหลักของรัฐบาลกลางในพื้นที่ส่วนใหญ่ของประเทศ

กองบังคับการตำรวจภูธรภาค แบ่งออกเป็น 10 ภาค
ครอบคลุม 76 จังหวัดทั่วประเทศไทย
ยกเว้นกรุงเทพมหานครและปริมณฑล ได้แก่

ภาค 1 - อยุธยา

ภาค 2 - ชลบุรี

ภาค 3 - นครราชสีมา

ภาค 4 - ขอนแก่น

ภาค 5 - เชียงใหม่

ภาค 6 - พิษณุโลก

ภาค 7 - นครปฐม

ภาค 8 - ภูเก็ต

ภาค 9 – สงขลา

หน่วยปฏิบัติการพิเศษ

อารอนและทีมของเขารู้ว่าพวกเขาต้องย้ายออกไปนอกเมืองและดำเนินการสืบสวนไปยังสถานที่ต่างๆ ทั่วประเทศ

ด้วยเหตุนี้
พวกเขาจึงต้องการความช่วยเหลือจากกองบังคับการตำรวจภูธรทั่วทั้งสิบภูมิภาค

บทที่ 3: เขาเป็นนางฟ้าของฉัน

ในโรงพยาบาลธนบุรี กาฬสินธุ์

โรงพยาบาลธนบุรี เป็นโรงพยาบาลเอกชนในเครือธนบุรี เฮลท์แคร์ กรุ๊ป โรงพยาบาลธนบุรีเป็นโรงพยาบาลเอกชนแห่งแรกของฝั่งธนบุรี (ฝั่งตะวันตกของแม่น้ำเจ้าพระยา) เป็นโรงพยาบาลระดับตติยภูมิที่ให้บริการทางการแพทย์และศัลยกรรมคุณภาพสูงที่หลากหลาย ก่อตั้งขึ้นเมื่อวันที่ 10 พฤษภาคม พ.ศ. 2520 ให้บริการด้านการดูแลสุขภาพที่เป็นเลิศทั้งในและต่างประเทศ ตั้งอยู่ในทำเลที่สะดวกทางฝั่งตะวันตกของกรุงเทพฯ และด้วยเครือข่ายโรงพยาบาล 18 แห่งทั่วประเทศ ปัจจุบันจึงเป็นหนึ่งในโรงพยาบาลเอกชนที่ได้รับความไว้วางใจมากที่สุดในประเทศไทย

น้อยตัดสินใจนอนโรงพยาบาลตามที่ตำรวจสั่ง
เขายังต้องการรอให้เด็กชายฟื้นคืนสติ
เด็กชายตื่นขึ้นในตอนบ่ายของวันรุ่งขึ้น
แต่ไม่สามารถพูดได้
เมื่อแพทย์ถามชื่อของเขาและเหตุการณ์เมื่อคืนก่อน
เขากระสับกระส่ายและหดหู่ใจ
น้อยที่รออยู่นอกวอร์ดเข้ามาหลังจากรู้ว่าเด็กชายตื่นแล้ว
สร้างความประหลาดใจให้กับทุกคน
เด็กชายกอดน้อยไว้รอบลำตัวของเขาและไม่ปล่อยให้เขาไ

ปไหน
ดูเหมือนว่าเด็กชายจะผ่านความเจ็บปวดมาอย่างสาหัส
และดวงตาของเขาก็เต็มไปด้วยน้ำตา
เขาพยายามอย่างเต็มที่ที่จะพูด แต่ไม่สามารถพูดอะไรได้
หลังจากพยายามพูดไม่สำเร็จหลายครั้ง
เด็กชายก็หลับตาลงด้วยความเหนื่อยล้าและกระสับกระส่าย
ในวินาทีต่อมา
น้อยก้มหน้าปลอบเด็กชายด้วยคำพูดปลอบโยน
เด็กชายสูดหายใจเข้าลึกๆ แล้วค่อยๆ
สงบลงในอ้อมกอดของน้อย

        น้อยให้เขานอนลงบนเตียงแล้วหมอก็ตรวจอีกครั้ง
ดร. ออสติน
เจ้าหน้าที่การแพทย์เป็นแพทย์ที่มีประสบการณ์และเป็นคน
ที่ยอดเยี่ยม เขาถามน้อยว่ารู้จักคนไข้ไหม
น้อยส่ายหัวแล้วเล่าเหตุการณ์เมื่อคืนก่อน
น้อยบอกหมอว่าเขาพยายามปลุกเด็กแต่ไม่สำเร็จ
และด้วยความช่วยเหลือจากคนอื่นๆ
อีกสองสามคนที่ผ่านมา เขาก็พาเขามาที่นี่

เจ้าหน้าที่โรงพยาบาลได้แจ้งตำรวจเกี่ยวกับสภาพปัจจุบัน
ของเด็กชายและถามว่าพวกเขาจะมาสอบปากคำเขาหรือไ
ม่ มันอาจจะไร้ประโยชน์
เนื่องจากเด็กชายได้สูญเสียเสียงและความทรงจำไปแล้ว
แพทย์ยังแจ้งตำรวจเกี่ยวกับผลการตรวจสุขภาพของหนูน้
อยและยืนยันว่าไม่ได้มีเพศสัมพันธ์กับคนไข้แต่อย่างใด

ในระหว่างนั้น ตำรวจท้องที่ได้ทำการสอบสวนเบื้องต้น ณ สถานที่เกิดเหตุ
ตำรวจเริ่มค้นหาข้อร้องเรียนเกี่ยวกับอุบัติเหตุหรือคดีลักพาตัวในช่วงไม่กี่วันที่ผ่านมา
แม้ว่างานทั้งหมดนี้ต้องใช้เวลามากกว่านี้
แต่ตำรวจก็ตรวจสอบเด็กชายเพื่อทำการสอบสวนตามปกติ พูดคุยกับหมอและหน่วยงานอื่น ๆ
และสอบปากคำนอยอีกครั้ง น้อยอยู่ที่นั่นตลอดเวลา
เขาตอบคำถามทุกข้อของตำรวจอย่างใจเย็น

แม้ว่าตำรวจจะสงสัยนอย
แต่พวกเขาก็ยังสังเกตว่าเขาคงไม่พาเหยื่อมาและทนอยู่ที่นี่นานๆ เจ้าหน้าที่ตำรวจได้รับข้อมูลทั้งหมดเกี่ยวกับนอย
ที่พักของเขาในเมือง สถานที่ทำงาน ฯลฯ และดร.
ออสตินให้ความเห็นว่าผู้ป่วยจำเป็นต้องอยู่ภายใต้การสังเกตอีกหลายวัน
จเรตำรวจได้แจ้งเจ้าหน้าที่โรงพยาบาลให้อัพเดทสถานะของผู้ประสบเหตุ

น้อยใช้เวลาไปโรงพยาบาลและอยู่กับเด็กชาย
เด็กชายเริ่มรู้สึกดีขึ้น มีความสุข
และสบายใจทุกครั้งที่น้อยอยู่ใกล้ ๆ
แต่เสียงของเขากลับไม่หาย
น้อยรู้สึกยินดีที่ได้อยู่กับเด็กชาย และในที่สุด
น้อยก็เริ่มมีความรู้สึกเป็นพี่น้องกับเขา
แพทย์จัดสถานที่ที่เหมาะสมให้น้อยได้อยู่กับผู้ป่วย
สังเกตอาการของเด็กชาย

หนึ่งสัปดาห์ผ่านไปนับตั้งแต่เด็กชายเข้ารับการรักษาในโรงพยาบาล ในไม่ช้าอาการของเขาก็ดีขึ้นเรื่อย ๆ และพฤติกรรมของเขาก็เป็นปกติ
น่าเศร้าที่เขาไม่สามารถพูดหรือจำอดีตของเขาไม่ได้
น้อยขออนุญาตเจ้าหน้าที่โรงพยาบาลพาเด็กชายไปที่บ้าน
ดร.ออสตินพูดกับเจ้าหน้าที่ของโรงพยาบาลเกี่ยวกับผู้ป่วยและดูกรณีนี้
เขาเห็นว่าการส่งผู้ป่วยไปกับคนที่พามาที่นี่สบายใจกว่าและมีอาการดีขึ้น
เจ้าหน้าที่ของโรงพยาบาลให้รายละเอียดทั้งหมดเกี่ยวกับผู้ป่วยแก่ตำรวจและสอบถามพวกเขาว่าพวกเขาสามารถออกจากผู้ป่วยได้หรือไม่เนื่องจากไม่มีปัญหาร้ายแรงกับเขาอีกต่อไป
เวลาเท่านั้นที่จะบอกได้ว่าเขาจะจำอดีตหรือพูดได้อีกหรือไม่
พวกเขายังแจ้งตำรวจเกี่ยวกับหนูน้อยและเขาต้องการให้เด็กชายคนนี้รับผิดชอบ พวกเขายังเชื่อว่า น้อย
จะเป็นคนที่เหมาะสมที่จะดูแลเด็กชายคนนี้ด้วยความจริงใจ เพราะ นับตั้งแต่วันที่เด็กชายเข้ามาอยู่ที่นี่
น้อยก็อยู่กับเขามาตลอด
คนไข้ยังรู้สึกสบายใจกับน้อยมากกว่าใคร

น้อยพาเวลไปกับเขาในวันรุ่งขึ้นหลังจากเคลียร์ค่ารักษาพยาบาลเรียบร้อยแล้ว
เขาให้รายละเอียดที่อยู่อาศัยก่อนออกจากโรงพยาบาล

น้อยมองไปที่พาเวล ดวงตาของเขาสดใสและมีความสุข เขาพูดเป็นพันคำด้วยความยินดี
เขาไม่มีความกลัวในดวงตาของเขาและไม่เสียใจกับความทรงจำที่ไม่ได้เปิดเผยของเขา
เขาตื่นเต้นที่จะได้ออกจากโรงพยาบาลโดยมีน้อยจับมือเดินไปด้วย
พวกเขานั่งรถประจำทางท้องถิ่นและไปถึงหมู่บ้านของโนอิในตอนบ่าย

ในกรุงเทพฯ

สองสัปดาห์ผ่านไปและตำรวจก็ยังไม่สามารถติดตามเบาะแสของพาเวลได้ สิ่งนี้ทำให้ Rudra Narayan กระสับกระส่ายและเป็นกังวล ยิ่งไปกว่านั้น แม่ของพาเวลก็หยุดกินและต้องนอนติดเตียง
มันทำให้สถานการณ์ซับซ้อนขึ้น Rudra Narayan ไม่รู้จะทำอย่างไร ความสิ้นหวังล้อมรอบเขาจากทุกที่
เขาโทรหานายโคราวัฒน์
หัวหน้าสำนักงานตำรวจสันติบาล
ซึ่งดูแลคดีลักพาตัวพาเวล
และแสดงความวิตกเกี่ยวกับลูกชายที่ถูกลักพาตัว

นายกรวัฒน์ส่ง คปภ. นายอรอน ไปพบรุทร นารายันที่บ้าน

"สวัสดีครับท่าน สวัสดีตอนบ่าย คุณโทรหาฉันเหรอ" คุณอารอนถาม

"ครับเจ้าหน้าที่! เรื่องอะไรบอกฉันได้ไหม เกือบหนึ่งเดือนแล้วที่ลูกชายของฉันถูกลักพาตัว

และคุณไม่รู้ว่าเกิดอะไรขึ้นกับเขา
ฉันอยากรู้ว่าลูกชายของฉันอยู่ที่ไหน
และเขาเป็นอย่างไรบ้าง" Rudra Narayan กล่าว

"เรากำลังพยายามอย่างเต็มที่ คุณดัทท์"
คุณอารอนกล่าว

"ผมขอทราบความคืบหน้าของคุณ เจ้าหน้าที่?
กระบวนการสอบสวนของคุณทำให้ฉันเสียใจ
ภรรยาของฉันล้มหมอนนอนเสื่อ"

"เราเข้าใจแล้ว ท่านประธาน
แต่ก็มีความประมาทเลินเล่อจากคุณเช่นกัน"
นายอารอนกล่าวและปลอบใจรุทรา นารายันต่อไป
หลังจากสังเกตว่าเขาไม่พอใจกับคำพูดนี้

"ไม่ ฉันไม่ได้โทษคุณ แต่ถ้าคุณมาหาเราตั้งแต่แรก
เราน่าจะติดตามพวกเขาได้ง่ายขึ้น" คุณอารอนกล่าวสรุป

"ฉันเข้าใจ แต่คุณต้องเห็นสถานการณ์ที่ฉันติดอยู่
บุคคลจะทำอย่างไรหากผู้ลักพาตัวขู่ว่าจะทำร้ายเด็กในกร
ณีที่จ่ายค่าไถ่ล่าช้า? มีสิ่งหนึ่งที่ไม่ชัดเจน
ทำไมคุณไม่ดำเนินการใดๆ กับเจ้าหน้าที่ของสโมสร
ถ้าคุณฟาดแส้ของคุณ พวกเขาจะพูดความจริง
กล้องวงจรปิดทั้งหมดจะหยุดทำงานในวันนั้นได้อย่างไร
เว้นแต่ว่าพวกเขาจะเกี่ยวข้องกับการลักพาตัวลูกชายของ
ฉัน" ถาม Rudra Narayan ด้วยความตกใจ

"ไม่ ท่านครับ
เราได้สอบปากคำทุกคนที่เกี่ยวข้องกับลูกชายของท่านอย

างเคร่งครัดและหนักแน่นแล้ว
เราหวังว่าจะได้เบาะแสภายในวันหรือสองวัน"
นายอรอนตอบ

ขณะนั้น รวิ นารายันเดินเข้ามาเห็นคปภ.
เขาทักทายคุณอารอน
แต่ในขณะเดียวกันก็ตั้งคำถามถึงประสิทธิภาพและความมุ่งมั่นของเขา

"สวัสดีเจ้าหน้าที่
ฉันขอทราบได้ไหมว่าคุณกำลังมองหาพาเวลของเราอยู่ที่ไหน? ฉันหมายถึงว่าตามความคิดของคุณ
คนลักพาตัวจะพาเขาไปที่ไหน"

"จากภาพวงจรปิดและการติดตามด้วยมือถือ
และหลักฐานที่แสดงให้เห็นความเป็นไปได้ว่าเขาอาจจะอยู่ที่ไหนสักแห่งในภาคตะวันออกของประเทศไทย"
นายอรอนเดา

"อย่าคิดอย่างอื่น
แต่ฉันคิดว่าผู้ลักพาตัวอาจไปทางเหนือหรือตะวันตก"
ตัดทอนใน Ravi Narayan

"พูดแบบนั้นได้ยังไง? มีหลักฐานไหม"

"ใช่
ฉันได้ว่าจ้างนักสืบเอกชนเพื่อรับข้อมูลเกี่ยวกับพาเวล
พวกเขาสรุปได้ว่าน่าจะไปทางเหนือ
เพียงเพราะสถานที่ห่างไกลกว่า
ตำรวจจะยุ่งอยู่กับการค้นหาบริเวณใกล้เคียงหรือบริเวณช

ายแดน ในขณะที่พวกเขาจะปลอดภัยในที่ที่ไม่มีใครนึกถึง สถานที่เช่นสถานที่ท่องเที่ยวที่มีชื่อเสียงจะเป็นทางเลือกของพวกเขา

แหล่งข่าวของฉันแจ้งด้วยว่าพวกเขาพบเห็นพวกเขาที่เชียงใหม่" ราวี นารายัน กล่าว

"ทำไมคุณไม่บอกเรื่องนี้กับฉันก่อนหน้านี้ คุณจ้างทีมสืบสวนส่วนตัวเมื่อไหร่? แล้วบริษัทชื่ออะไร" รูดรา นารายันถามด้วยความประหลาดใจ

"คุณดูกังวลมาก และสุขภาพของ Indrani ก็แย่ลงไปอีก ดังนั้นฉันจึงทำตามขั้นตอนนี้ด้วยตัวเอง ฉันลืมบอกคุณก่อนหน้านี้ จากนั้น ฉันก็รู้สึกว่า เมื่อพวกเขาจับตัวผู้ร้ายได้แล้ว ฉันคิดว่าฉันจะทำให้คุณทั้งคู่ประหลาดใจ" Ravi Narayan ตอบ

"ว่าแต่เจ้าแน่ใจได้อย่างไรว่าที่นี่? ข้อมูลของเราแตกต่างจากของคุณอย่างสิ้นเชิง ตกลง ให้เราพิจารณาเรื่องนี้จากมุมมองของพวกเขาด้วย ได้ข้อมูลอะไรมาก็ช่วยส่งมาให้เราด้วย" คุณอรอนขอร้อง

"ผมมีความมั่นใจเต็มที่ในทีมสืบสวน ผมจ้างมา พวกเขาเป็นมืออาชีพที่มีอัตราความสำเร็จมากกว่า 95% คุณสามารถเปรียบเทียบและคำนวณข้อมูลของพวกเขาได้อย่างง่ายดาย" Ravi Narayan เหน็บแนม

เมื่อถึงจุดนี้ OIC รู้สึกหงุดหงิดและบอกกับ Rudra Narayan

สปอนดอนกังกูลิ

หากเขารู้สึกว่าพวกเขาควรหยุดการสอบสวนของตำรวจเนื่องจากพี่ชายของเขาจ้างผู้เชี่ยวชาญที่มีประสิทธิภาพมากกว่าและคาดหวังว่าพวกเขาจะสามารถแก้ปัญหาได้อย่างรวดเร็ว

Rudra Narayan ตกอยู่ในภาวะที่กลืนไม่เข้าคายไม่ออกเกี่ยวกับเรื่องนี้และพยายามทำให้ OIC เย็นลงโดยกล่าวว่าพวกเขาควรดำเนินการต่อไปตามที่เขาเชื่อมั่นในสำนักงานตำรวจแห่งชาติ และไม่มีข้อสงสัยเกี่ยวกับประสิทธิภาพและความมุ่งมั่นของพวกเขา เมื่อนายอารอนจากไป รูดรา นารายันขอให้พี่ชายของเขาสุภาพและอดทนในขณะที่เขาพยายามรักษาความสงบแม้จะมีสถานการณ์และสถานการณ์เชิงลบทั้งหมดก็ตาม .

****

อย่า ปล่อยฉัน

บทที่ 4: แดนสวรรค์

บ่อนโนนยาง ,

หมู่บ้านน้อยเป็นหนึ่งใน 180 ชุมชนในจังหวัดกาฬสินธุ์ใกล้ตัวเมือง เป็นหมู่บ้านเล็กๆ มีประมาณ 80 ครอบครัว
ผู้คนในหมู่บ้านนี้ยากจนแต่มีจิตใจบริสุทธิ์และมีความอ่อนน้อมถ่อมตน
สมาชิกชายหนุ่มส่วนใหญ่ไปหางานทำในเมืองที่ใกล้ที่สุด ในขณะที่อีกสองสามคนประกอบอาชีพเกษตรกรรม พวกเขาทำงานให้กับเจ้าของที่ดินสองสามคนในหมู่บ้านซึ่งร่ำรวยและมีที่ดินทำการเกษตรมากมาย

ชีวิตชาวบ้านในประเทศไทยแตกต่างจากชีวิตในเมืองมาก หมู่บ้านไทยโดยเฉลี่ยมีประมาณร้อยครอบครัว มีประชากรประมาณหกร้อยคน บ้านที่นี่เป็นบ้านไม้ 2 ชั้นยกพื้นสูง
ขนาดและการออกแบบขึ้นอยู่กับรายได้และสถานะของครอบครัว เกษตรกรเลี้ยงปศุสัตว์ เช่น ไก่ เป็ด สุกร และอุปกรณ์ทำฟาร์มในระดับที่หนึ่ง
และครอบครัวอาศัยอยู่ที่ชั้นสองของบ้าน
บ้านบางหลังเป็นเพียงชั้นเดียว
ชาวบ้านส่วนใหญ่มีที่ดินโล่งเล็กๆ ด้านข้างและหลังบ้าน ซึ่งมีสวนและสวนผลไม้ พื้นที่เกษตรกรรมสำหรับปลูกข้าว

สปอนดอนกังกูลิ

อ้อย มันฝรั่ง
และยางพาราอยู่ห่างจากหมู่บ้านหนึ่งถึงสองกิโลเมตร

มีโรงเรียนประถมของรัฐขนาดเล็กสำหรับชั้นประถมศึกษาปีที่ 1-6
ที่ซึ่งเด็กจากครอบครัวที่มีรายได้น้อยได้รับการศึกษาระดับประถมศึกษาโดยไม่เสียค่าใช้จ่าย โรงเรียนมัธยม สถานีตำรวจ ธนาคาร โรงพยาบาล หรือซูเปอร์มาร์เก็ตอยู่ในเมืองที่ใกล้ที่สุด ชีวิตของชาวบ้านจำกัดอยู่แค่การไปวัด ศาสนาพุทธเป็นศาสนาที่โดดเด่นสำหรับชาวบ้านส่วนใหญ่

วัดตั้งอยู่ในพื้นที่ป่าห่างจากหมู่บ้านประมาณหนึ่งกิโลเมตร
พระสงฆ์สี่หรือห้าคนอาศัยอยู่ที่นั่นและทำการสวดมนต์และสวดมนต์ทุกเช้า
ผู้หญิงในหมู่บ้านไปวัดเป็นประจำทุกเช้าก่อน 07.00 น.
พวกเขาเตรียมอาหารสำหรับพระและนำไปวัดเพื่อทำบุญในวันหยุดพิเศษทางพุทธศาสนา
พระสงฆ์จะเข้ามาในหมู่บ้านและทำวัตรสวดมนต์ให้กับชาวบ้านที่ศูนย์ประจำหมู่บ้าน

เมื่อชาวบ้านไทยไม่ทำงานพวกเขาชอบสนุกด้วย
ชาวบ้านจะมีโอกาสสนุกสนานรื่นเริงในเทศกาลต่างๆ ที่ประเทศไทยมี
เทศกาลส่วนใหญ่เกี่ยวข้องกับพระพุทธศาสนา เช่น วันตรุษ (สงกรานต์) ในช่วงเทศกาลนี้
ผู้สูงอายุจะนั่งข้างถนนในหมู่บ้าน

อย่า ปล่อยฉัน

ส่วนผู้ที่มีอายุน้อยกว่าจะมาสรงน้ำพระเพื่อเป็นการแสดงความเคารพและทำบุญ
ก่อนพิธีกรรมนี้พระสงฆ์จากวัดจะเข้าไปในหมู่บ้านและนำชาวบ้านสวดมนต์และสวดมนต์

****

เด็กไทยในกระท่อมชนบท

น้อยได้ตั้งชื่อเพื่อนที่ไม่มีชื่อว่า ลูกเทพ
เมื่อน้อยมากับเด็กชายที่หมู่บ้าน เพื่อนบ้านถามถึงเขา
เพราะพวกเขาไม่เคยเห็นน้อยอยู่กับใครมาก่อน
หลังจากการตายของซายน์ น้อยก็ไม่ค่อยได้อยู่ที่นั่น
น้อยแนะนำเพื่อนใหม่ชื่อเทพให้เพื่อนบ้านรู้จัก
พวกเขาต้อนรับเทพในหมู่บ้านของพวกเขาด้วยความสง่างามและยิ่งใหญ่ เทพว่างเปล่าและเอาชนะด้วยความกลัว
เขาซ่อนตัวอยู่ข้างหลังน้อยและกอดเขาไว้แน่นจากด้านหลัง น้อยเล่าเรื่องเทพให้เพื่อนบ้านฟังสั้นๆ เจอกันเมื่อไหร่
พาไปโรงพยาบาลยังไง และหลังจากเทพรู้สึกตัว
ก็ไม่เคยปล่อยน้อยไปจากเขาเลย

น้อยไม่เข้าใจเหตุผลที่เทพมีพฤติกรรมหวาดกลัวผู้อื่นและอยู่ร่วมกับเขาอย่างสบายใจทั้งที่ไม่เคยพบกันมาก่อน
ในขณะเดียวกัน
ใจของเขาก็หลั่งไหลให้กับเทพและสภาพของเขาในตอนนี้
เขากังวลว่าเขาเป็นใครพ่อแม่ของเขาเป็นใคร? คุณพี
เพื่อนบ้านข้างบ้านของน้อยให้คำมั่นว่าพวกเขาทั้งหมดจะอยู่กับเขา
และพวกเขาจะช่วยเหลือเขาอย่างมีความสุขทุกวิถีทางเมื่อจำเป็น
นายที่นั่งก็ถามถึงสุขภาพของเด็กชายและรับปากว่าอีกไม่นานเทพจะไปคลุกคลีกับชาวบ้าน
"พวกเขาจะให้ความรักและความเอาใจใส่อย่างมากเพื่อให้เขาหายจากอาการป่วยในไม่ช้า" ผู้ใหญ่บ้านบอกกับน้อย

เขายังปลอบใจน้อยว่าไม่ต้องห่วงเทพและเขาจะหายขาดในไม่ช้า

สองสามวันแรกน้อยกับเทพอยู่ด้วยกันที่บ้านเพื่อให้เทพคุ้นเคยกับการอยู่ในบ้าน

เด็กบ้านใกล้เรือนเคียงมาพบเทพในเวลาว่างหลังเลิกเรียน

เทพคุ้นเคยกับน้อยและเพื่อนบ้านโดยเฉพาะคุณพีในระยะเวลาอันสั้น เขามีความสุขที่ได้อยู่กับพวกเขา

ซึ่งช่วยให้เขาหายเป็นปกติ น้อยดูแลเทพอย่างเต็มที่

เขาไม่ได้กลับไปทำงานในเมืองเพราะเทพจะอยู่คนเดียวในบ้าน

เขามีเงินเหลืออยู่เพียงเล็กน้อยหลังจากเคลียร์ค่ารักษาพยาบาลและค่าใช้จ่ายอื่นๆ เขาจึงเริ่มหางานใกล้ๆ

เขาได้ทำงานในทุ่งนาในหมู่บ้าน

เทพเกาะติดน้อยไม่ยอมคลาดสายตา ในโลกทั้งใบน้อยเป็นคนเดียวที่เขาพึ่งพาและเป็นคนเดียวที่เขารักมากที่สุด เขาไม่สามารถพูดอะไรกับน้อยได้

แต่ดวงตาของเขาบอกความรู้สึกของเขาได้มากมาย

เขารู้สึกปลอดภัยเมื่ออยู่กับน้อย

มีความสุขทุกครั้งที่น้อยกอดเขา

รู้สึกรักเมื่อน้อยกดแก้มเขาเบาๆ

เทพไม่ฟื้นความจำหรือเสียงภายในสองเดือนมานี้เขาอยู่กับน้อย

เขาพยายามสื่อสารกับน้อยผ่านสัญญาณโดยใช้มือ สีหน้า และการผงกศีรษะ

น้อยสอนให้เขาติดกระดุมเสื้อและเปลี่ยนเสื้อผ้า

สปอนดอนกังกูลิ

เขาช่วยเทพหัดแปรงฟัน กินอาหาร และแต่งตัว
สำหรับเทพ
ทุกสิ่งที่น้อยทำหรือพูดกับเขาคือการเรียนรู้ใหม่
และเขาสนุกกับทุกช่วงเวลาที่อยู่กับเขา

****

พาเวลเดินไปที่กระจกและชื่นชมตัวเอง
ทันใดนั้นเขาพบร่างหนึ่งกำลังเดินมาหาเขาในกระจก อั๊ต?
อาทเริ่มด่าพาเวลเอาหน้ากระแทกกระจก
พาเวลล้มลงกับพื้น ใบหน้าของเขามีเลือดไหล

พาเวลตื่นขึ้นมาด้วยอาการเหงื่อตกจากฝันร้าย
กลัวเขาผลักน้อยออกไป น้อยตื่นขึ้นมาพร้อมกับ

"เกิดอะไรขึ้นลูค? คุณโอเคไหม?"

ดวงตาของลูกเทพสะท้อนความกลัวและเต็มไปด้วยน้ำตา
เขากำลังมองไปที่น้อย

"ทุกอย่างจะโอเค... ฉันสัญญา ฉันอยู่ที่นี่กับคุณ
ไม่ต้องกลัวแล้ว" น้อยปลอบเทพ

เทพกอดน้อยแน่น

****

เช้าวันรุ่งขึ้น นายที่นั่ง ผู้ใหญ่บ้านมาสอบถามเทพ
น้อยเล่าเหตุการณ์เมื่อคืนให้เขาฟังและขอให้เขาช่วย
ผู้ใหญ่บ้านเป็นคนมีไหวพริบปฏิภาณ
เขาแนะนำให้น้อยพาเทพไปที่วัดประจำหมู่บ้านและพบนัก

บวชเนื่องจากเขาเป็นผู้ศักดิ์สิทธิ์และเป็นผู้รอบรู้เกี่ยวกับพืชสมุนไพรต่างๆด้วย

เขายังบอกน้อยว่าเขาได้พูดเรื่องเทพกับนักบวชแล้ว เขาเสริมว่าในวันรุ่งขึ้นในบริเวณวัดจะมีพิธีต้อนรับเทพโดยจะมีการผูกด้ายสายสิญจน์ให้กับเทพและทุกคนจะอธิษฐานขอให้เขาหายป่วยโดยเร็ว

วันรุ่งขึ้น
น้อยพาเทพไปที่วัดซึ่งบรรดาผู้ชายในหมู่บ้านพร้อมผู้ใหญ่บ้านรออยู่ ผู้ใหญ่บ้านต้อนรับเทพตามประเพณี
นักบวชประจำหมู่บ้านพูดกับเทพว่า

"ขอมือท่านมัดด้ายศักดิ์สิทธิ์ให้ข้าหี"

เทพแสดงฝ่ามือทั้งสองข้าง พระดูที่ฝ่ามือแล้วพูดต่อไปว่า

"ลูกเอ๋ย เจ้ารอดตายหวุดหวิดแต่ภัยยังไม่สิ้น ระวัง."

เทพมองหน้าเขาอย่างไร้เดียงสา

น้อยถามถึงตัวตนของเขาจากบาทหลวง
เขาบอกว่าเขาไม่สามารถพูดอะไรได้มากกว่านี้
บาทหลวงจึงแนะนำว่าควรพาเทพไปหาช่างตีเส้นลายมือหลังสวดมนต์ตอนบ่าย
เพื่อทราบข้อมูลเพิ่มเติมเกี่ยวกับท่านเมื่อไม่มีคนมาเยี่ยม
จากนั้นนักบวชก็เสริมว่าเขาจะเตรียมยาแผนโบราณให้เทพรักษาอาการป่วยของเขา

เมื่อไปถึงบ้านต้นตระริกก็เห็นพิธีกรรมกำลังเกิดขึ้น
เทพก็ตื่นตระหนก เขาพยายามหลบหลังน้อย

ท่าทางของตันตระน่ากลัวเสียจนเทพกระสับกระส่ายและสะอื้นไห้ น้อยไม่เข้าใจว่าจะทำอย่างไรในสถานการณ์นั้น บาทหลวงบอกให้ออกไปรอกับเทพ
จากนั้นเขาก็กระซิบบางอย่างกับ tantric
และในที่สุดก็ออกมาจากห้อง
เทพขอร้องให้น้อยพากลับบ้านเพราะไม่อยากอยู่ที่นั่น
ปุโรหิตเห็นดังนั้นก็เข้าไปหาเทพ
วางฝ่ามือไว้บนศีรษะของเทพ
แล้วสวดมนต์ด้วยเสียงอันไพเราะ เทพผ่อนคลาย
เงียบและสงบหลังจากนั้นไม่กี่วินาที

ในขณะเดียวกัน คนที่มี Tantrik
ก็ออกไปหลังจากเสร็จสิ้นพิธีกรรม
ทันทริกก็ออกมานั่งที่เฉลียงหน้าบ้าน นักบวชพยักหน้า
เทพ น้อย และนักบวชเดินไปที่ตันตระริกแล้วนั่งลงแทบเท้า

“ให้เขานั่งข้างหน้าฉัน” Tantric พูดกับนักบวช

“อาจารย์โปรดดูเส้นชะตาของเขาและบอกเราเกี่ยวกับอดีตของเขา”
น้อยพูดพร้อมยื่นฝ่ามือของเทพออกไปทางตันตระริก

“มาเถิดลูกเอ๋ย มองตรงมาที่ตาฉันสิ”
ธณริกพูดแล้วแตะที่หน้าผากของเทพ
จากนั้นเขาก็หลับตาและเริ่มออกแรงกดด้วยนิ้วหัวแม่มือขวาตรงกลาง หลังจากนั้นไม่กี่วินาที เขาก็ลืมตาขึ้น

"แสดงฝ่ามือทั้งสองข้างให้ฉันดู" เขากล่าว

เทพยื่นฝ่ามือเหมือนเด็กน้อยที่เชื่อฟัง
ไม่กระสับกระส่ายอีกต่อไป

"คุณเกิดมาพร้อมกับคาบช้อนทอง
พ่อแม่ของคุณมาจากต่างแดน เป็นความโชคดีของคุณ
คุณปลอดภัยและมีชีวิตอยู่
แต่คืนที่มืดมิดและพายุกำลังรอคุณอยู่
การสมรู้ร่วมคิดครั้งใหญ่กำลังวางแผนและดำเนินการกับคุณและครอบครัว
คู่แท้ของคุณสามารถปกป้องคุณและครอบครัวได้
ดังนั้นอย่าเสียเขาไป" ตันริกกล่าว

"แต่อาจารย์เขาเป็นผู้ชาย
ทำไมเนื้อคู่ของเขาถึงเป็นชายอื่น?" นักบวชกล่าว

"เนื้อคู่ของเขาจะเป็นผู้ชาย เขาจะเป็นผู้พิทักษ์ของเขา"

"ท่านอาจารย์ พ่อแม่ของเขาคือใคร?
พวกเขาอาศัยอยู่ที่ไหน" น้อยถาม

"ฉันไม่สามารถให้ข้อมูลที่แน่นอนได้
พวกเขามาจากทิศตะวันตกไกลจากดินแดนพระพุทธเจ้า
อย่ากังวลไปเลยลูก ทุกอย่างจะต้องเรียบร้อย
จากสวรรค์เขาจะได้รับพรและหายเป็นปกติ
แต่คุณลูกของฉันคุณต้องทนทุกข์ทรมานมากสำหรับเขา
เตรียมตัว. ตอนนี้คุณไป ฉันจะไม่พูดอะไรอีกแล้ว"
ทันริกพูดจบ

    บาทหลวงผายมือให้น้อยลุกขึ้นและจากไป
น้อยกับเทพลุกขึ้นกราบทันทริกและบาทหลวง .

สปอนดอนกังภูลิ

พระ

บทที่ 5:
ฉันต้องการคุณในชีวิตของฉัน

ที่บ่อโนนยาง

เมื่อใดก็ตามที่น้อยมองไปที่ท้องฟ้ายามค่ำคืนที่เต็มไปด้วยดวงดาว หัวใจของเขาก็เริ่มร้องไห้
ความคิดมากมายถาโถมเข้าใส่เขา
และเขาก็เมินเฉยต่อความคิดเหล่านั้นโดยเอาแต่ยุ่งกับงานและกิจกรรมอื่นๆ

“ทำไมพ่อแม่ถึงทิ้งเขา?
เหตุใดพระผู้ทรงอำนาจจึงพรากคุณย่า Sine ของเขาไปตั้งแต่อายุยังน้อย
ในขณะที่เขามีปัญหาในการทำความเข้าใจโลก ครอบครัวและตัวเขาเอง
ทำไมดวงชะตาของเขาไม่เคยแสดงเส้นเงินที่อยู่เหนือกองความเศร้าในชีวิตที่โดดเดี่ยวของเขา? ทำไม?"

เมื่อสินียังมีชีวิตอยู่
น้อยไม่ได้รับการยอมรับจากญาติของเธอ ลอด พี่ชายห่างๆ ของเธอ
ซึ่งอาศัยอยู่อีกหมู่บ้านหนึ่งห่างไกลจากกาฬสินธุ์
เขาต้องการได้บ้านของไซน์เพราะเขาคิดว่าทรัพย์สินนี้จะมาหาเขาโดยอัตโนมัติหลังจากที่เธอเสียชีวิต
แต่แผนทั้งหมดของเขาล้มเหลวเมื่อไซน์นำน้อยมาเลี้ยงเขา

สปอนดอนกังกูลิ

ในฐานะลูกชายของเธอ หลังจากสินีเสียชีวิต
เขาก็ไม่สามารถได้ทรัพย์สินตามที่เธอประสงค์ให้น้อย
ตั้งแต่นั้นมา น้อยกลายเป็นศัตรูตัวฉกาจของเขา
ซึ่งเขาต้องการจะกำจัดไม่ว่าจะด้วยวิธีใดก็ตาม
เมื่อไซน์รู้ความจริง
เธอจึงจัดแจงและสั่งการทุกอย่างก่อนเสียชีวิต
เพื่อไม่ให้น้อยต้องลำบากในการที่เธอไม่อยู่

****

ในกรุงเทพฯ

คิดถึงปีศาจ แล้วปีศาจก็ปรากฏขึ้น เอมูเอลคิดกับตัวเอง
"ยินดีต้อนรับเจ้าหน้าที่ มีอะไรให้รับใช้คะ" Emuel ถาม
Aron ด้วยใบหน้าที่ยินดี

"ไม่มีอะไรพิเศษครับ
ผมแค่ถามคำถามไม่เป็นทางการกับคุณและพนักงานของ
คุณสักสองสามข้อ แล้วผมจะเดินทางกลับ"
อารอนตอบด้วยน้ำเสียงสบายๆ

"แน่นอน ทำไมไม่? ฉันจะโทรหาเลขาของฉันให้ช่วยคุณ
ไม่ว่าคุณต้องการอะไรและใครก็ตามที่คุณต้องการซักถาม
เขาจะช่วยคุณในเรื่องนี้"

"ขอบคุณมาก. แต่ก่อนหน้านั้น ฉันอยากจะคุยกับคุณ
ถ้าคุณมีเวลาให้ฉันหน่อย"

"ข้ายินดี ท่านเจ้าหน้าที่ แต่ก่อนหน้านั้น
ท่านต้องการดื่มชาหรือกาแฟหรืออะไรอย่างอื่นก่อน?"

"ไม่มีอะไร ขอบคุณ! มาเข้าประเด็นกันเลย
ฉันมีนัดและตารางงานอื่น ฉันจึงต้องทำให้เสร็จตรงเวลา"

"แล้วอยากรู้อะไรอีกล่ะ?
เราได้หารือเรื่องนี้กับคุณโดยละเอียดแล้วในการประชุมครั้งล่าสุดของเรา เราไม่มีเงื่อนงำเกี่ยวกับลูกชายของคุณ Rudra Narayan เจ้าหน้าที่
ข้าพเจ้าตกใจมากที่ทราบเรื่องที่เกิดขึ้น
มันเป็นช่วงเวลาที่ยากลำบากสำหรับเขาที่ต้องอยู่พร้อมหน้าครอบครัวและธุรกิจของเขา เขามีความเห็นอกเห็นใจฉันและคุณก็ให้ความร่วมมือเต็มที่ในการสืบสวน"
เอมูเอลผู้ร่าเริงกล่าว

"แต่ปัญหาของเขาอาจเป็นหนทางสู่ความสำเร็จของคุณ ฉันพูดถูกไหม คุณเอมูเอล?"

"ผิด! ในธุรกิจ สิ่งเหล่านี้เกิดขึ้น ชีวิตต้องดำเนินต่อไป บางคนได้กำไรและบางคนขาดทุน บางคนต้องถอย บางคนเดินหน้า แต่ไม่ได้หมายความว่าเราเป็นศัตรูกัน เจ้าหน้าที่
คุณยอมรับคำพูดของฉันได้ว่าไม่มีความเป็นปฏิปักษ์ระหว่างเรา เราเป็นคู่แข่งทางธุรกิจก็แค่นั้น

"ฉันเห็นด้วยกับคุณ คุณเอมูเอล
แต่เพื่อให้ได้มาซึ่งผลประโยชน์
คุณไม่ใช้วิธีที่ผิดกฎหมายหรือ" คุณอารอนถาม

"หมายความว่ายังไงเจ้าหน้าที่คนนั้น
คุณกำลังเรียกเก็บเงินจากฉันโดยตรงสำหรับการลักพาตัว

ลูกชายของเขาหรือไม่?
ได้โปรดอย่าลืมว่าฉันก็เป็นคนที่มีชื่อเสียงในแวดวงธุรกิจนี้และมีอิทธิพลไม่น้อยไปกว่าเขา
ถ้าเขาใช้การติดต่อและทรัพยากรของเขาเพื่อใส่ร้ายฉันหรือองค์กรของฉัน ฉันจะไม่ไว้ชีวิตเขาหรือคุณ เจ้าหน้าที่" Emuel กล่าว
คลื่นแห่งความโกรธที่พลุ่งพล่านไปทั่วตัวเขา

“ทำไมคุณถึงโกรธ คุณ Emuel?
ฉันแค่พูดถึงความเป็นไปได้บางอย่างเท่านั้น คุณเห็นไหม เราต้องพิจารณาทุกด้านและความเป็นไปได้ทั้งหมดในระหว่างการสืบสวนของเรา
คุณปฏิเสธไม่ได้ว่ามีการแย่งชิงระหว่างคุณกับ Rudra Narayan เกี่ยวกับการประกวดราคาและโอกาสบางอย่าง ใช่ไหม"

"ใช่ แต่นั่นเป็นส่วนหนึ่งของการแข่งขันทางธุรกิจ"

“นอกจากนี้
คุณปฏิเสธไม่ได้ว่าหนึ่งในทีมงานของเขาได้ติดต่อกับคุณ ฉันพูดถูกไหม คุณเอมูเอล?”

"เลขที่... เอ่อ…ใช่…คุณเข้าใจผิดแล้ว เจ้าหน้าที่” คุณเอ็มมูเอลพูดตะกุกตะกัก

หนุ่มออฟฟิศเข้ามาในห้องโดยสารของ Emuel พร้อมกับรถเข็นชาและของว่าง “ดื่มชาก่อน เจ้าหน้าที่” Emuel สั่งให้พนักงานเตรียมชาให้คุณอารอน

"คุณเห็นเจ้าหน้าที่ โปรดพยายามเข้าใจว่าการดำเนินธุรกิจเป็นเรื่องหนึ่งที่อนุญาตให้ข้ามเส้นจริยธรรมได้ แต่อาชญากรรมเป็นอย่างอื่น และการลักพาตัวลูกชายของฝ่ายตรงข้ามเพื่อการประมูลหรือโอกาสพิเศษบางอย่างไม่ใช่ วิธีการทำงานของฉัน ฉันรับรองว่าไม่ว่าคุณต้องการให้ฉันทำอะไรก็ตาม ผมและพนักงานไม่มีส่วนเกี่ยวข้องกับเหตุการณ์นี้ ทำไมคุณไม่สืบหาคนทรยศในองค์กรของเขาล่ะ? คุณต้องขุดในสถานที่ที่เหมาะสมเพื่อเปิดเผยความจริง การพยายามที่อื่นไม่มีประโยชน์ ฉันหวังว่าคุณจะเข้าใจประเด็นของฉัน เจ้าหน้าที่" นายเอ็มมูเอลกล่าว

"ฉันรวบรวมส่วนสำคัญของการอนุมานของคุณ แต่เราต้องตรวจสอบความเป็นไปได้ทั้งหมดและสอบปากคำทุกคนก่อนที่จะแยกพวกเขาออกจากรายชื่อผู้ต้องสงสัย ฉันขอให้คุณจัดประชุมกับพนักงานของคุณ นี่ผมเตรียมรายชื่อคนที่ผมต้องการจะสอบปากคำไว้แล้ว" นายอรอนกล่าวพร้อมยื่นรายชื่อ

"กรุณาดื่มชาของคุณให้เสร็จ ผมจะจัดการให้ แต่ฉันขอแจ้งให้ทราบว่าคุณไม่สามารถพบคุณโรซี่ ผู้จัดการทั่วไปของฉันและคุณรูเบลได้ คุณโรซี่บังเอิญลาคลอดขณะที่รูเบลออกจากสถานี"

"โอเค ฉันจะคุยกับคนอื่นๆ ฉันจะพยายามติดต่อพวกเขานอกที่ทำงานของคุณ"

ทุกครั้งที่น้อยคุยกับเทพ
เขามองหน้าน้อยและยิ้มตอบอย่างน่ารักแต่ไม่เคยปริปากพูดอะไรสักคำ
ความรักที่มองไม่เห็นเริ่มก่อตัวขึ้นระหว่างคนทั้งสอง

"ทำไมคุณน่ารักจัง ฉันผูกพันกับคุณมากขึ้นเรื่อยๆ
ปล่อยข้าไปหาพ่อแม่แล้วข้าจะทำอย่างไร"
น้อยพูดพลางลูบผมของเทพ

พวกเขานั่งอยู่บนบันไดตรงทางเข้า
และน้อยก็พยายามที่จะโต้ตอบด้วยคำพูด
เทพกอดเขาแน่นแล้วส่ายหน้าไม่เห็นด้วยแสดงว่าเขาไม่อยากไปไหนโดยไม่มีน้อย
เขามีความสุขและสมบูรณ์เมื่ออยู่กับน้อย
เทพบอกน้อยว่าจะไม่ไปไหนหรือทิ้งเขาแม้จะจำอดีตชาติได้

"เข้าไปในบ้านกันเถอะ จะมืดแล้ว" น้อยพูด

เทพดึงเขาลงมาและขอให้เขาอยู่ต่ออีกสักพัก
แล้วก็นอนเอาหัวหนุนตักน้อย น้อยเริ่มลูบผมของเขา
เทพรู้สึกเหมือนอยู่บนตักแม่
และเป็นครั้งแรกที่เขาเห็นภาพอดีตไม่ชัด
น้ำตาไหลลงมาจากดวงตาของเขา
น้อยสังเกตเห็นและเช็ดหยดน้ำด้วยนิ้วหัวแม่มือของเขาเบาๆ
น้อยรู้สึกกระวนกระวายใจจากข้างในเมื่อเห็นสภาพของเทพ การที่เขาไม่สามารถพูดความคิด ความปรารถนา
และความสิ้นหวังออกไปได้ทำร้ายน้อยอย่างมาก

เทพสังเกตว่าน้อยร้องไห้เงียบๆ
จึงเช็ดน้ำตาที่หางตาของน้อย แล้วดึงน้อยเข้ามาใกล้
ใกล้กันมากขึ้นจนสัมผัสได้ถึงลมหายใจของกันและกัน
น้อยฝืนตัวเองไม่ไหวแล้วจูบปากเทพอย่างแผ่วเบา
พวกเขาเริ่มสำรวจกันและกันอย่างช้าๆ ทันใดนั้น
น้อยก็กระตุกความรู้สึกของเขากลับคืนมา
เขาลุกขึ้นถอยห่างจากเทพและขอโทษต่อการกระทำนั้น
เทพเอานิ้วแตะที่ริมฝีปากของน้อยเบาๆ

น้อยพูดต่อ "ฉันจะจูบเธอได้ยังไง
ในเมื่อฉันรู้ว่าสายสัมพันธ์ที่ไร้ตัวตนนี้ช่างเปราะบางเหลือเกิน ไม่รู้นาทีข้างหน้าจะเป็นยังไง
แต่รักเธอมากกว่าใครในโลกนี้
คุณคือนางฟ้าผู้ให้ความหมายใหม่ในการมีชีวิตอยู่แก่ฉัน"

เทพทำท่าจะไม่ทำลายปัจจุบันขณะและมีความสุขกับสิ่งที่ได้รับในตอนนี้
เขาชี้ไปที่ห้องฟ้าเพื่อหมายความว่าอาจเป็นคำสั่งของสวรรค์ที่พวกเขาอยู่ด้วยกัน
และเขาเชื่อว่าหากความรักของพวกเขาบริสุทธิ์
ร่างกายจากสวรรค์จะปกป้องพวกเขาจากความชั่วร้ายทั้งหมด

น้อยมีเสียงที่ไพเราะและไพเราะ
แต่เขาไม่เคยร้องเพลงให้ใครมาก่อน
เขาฮัมเพลงในใจเมื่อเทพขอให้น้อยร้องเพลงให้เขาฟัง
ได้ยินน้อยร้องเพลง
เทพนึกถึงเพลงนี้ราวกับเคยได้ยินมาจากใครคนหนึ่ง

สปอนดอนกังกูลิ

แต่จำไม่ได้ว่าใคร เขากระสับกระส่าย
เขาพยายามสื่อสารถึงความไม่สบายใจ
แต่น้อยไม่เข้าใจว่าเทพกำลังแสดงท่าทางอย่างไร
เทพเริ่มเห็นภาพไม่ชัดของผู้หญิงคนหนึ่งเดินเข้ามาหาเขา
แล้วถอยห่าง เทพน้ำตาไหล
น้อยสังเกตเห็นจึงหยุดร้องและพยายามปลอบเทพ

คืนนั้นเขาฝันร้ายอีกครั้งที่เทพถูกลูกน้องวางยาและทุบตี
เขากรีดร้องในขณะหลับ ทำให้น้อยตื่น น้อยเริ่มเคลื่อนไหว
โอบเทพไว้ในอ้อมกอด แล้วเอ่ยคำปลอบประโลมใจ
น้อยจูบแก้มเทพอย่างแผ่วเบาและโผเข้ากอดอย่างอบอุ่น
น้อยรู้สึกปลอดภัยและกลับไปนอน
น้อยบ่นพึมพำคำปลอบทั้งคืน

"อย่ากังวล ฉันอยู่กับคุณ และไม่มีอะไรจะเกิดขึ้นได้
เพราะฉันจะอยู่เคียงข้างคุณเสมอ"
เหตุการณ์นี้ทำให้น้อยกังวลอย่างมาก
เขาจดบันทึกจิตเพื่อถามดร.ออสตินเกี่ยวกับเรื่องนี้

ในการพบกับคุณหมอออสตินซึ่งรักษาเทพในโรงพยาบาล
ครั้งต่อไป
น้อยได้พูดคุยถึงพัฒนาการใหม่กับเทพและอธิบายว่าบางค
รั้งเขามีความสุข บางครั้งก็กลัว
และบางครั้งก็หลงทางในความคิด
ดร.ออสตินตรวจพาเวลอย่างละเอียดและบอกน้อยว่านี่เป็น
สัญญาณที่ดี และเขาหวังว่าจะได้ผลลัพธ์ที่ดีเร็วๆ นี้
น้อยได้ไปแจ้งความที่สถานีตำรวจด้วยเกี่ยวกับการปรับปรุ
ง

เริ่มแรก
น้อยในหมู่บ้านหางานไม่ง่ายนักเพราะไม่ใช่ฤดูเก็บเกี่ยว ดังนั้นจึงไม่ต้องการคนมากนักในภาคสนาม
เพื่อนบ้านของเขาสามารถหางานให้เขาได้โดยได้รับค่าจ้างเพียงน้อยนิดในพื้นที่ที่เขาทำงานโดยได้รับค่าจ้างรายวันเช่นกัน

จากนั้นน้อยทำงานในท้องทุ่งใกล้หมู่บ้านภายใต้ผู้รับเหมาและออกจากงานในเมือง
รายได้ของน้อยไม่มากเท่าที่ได้รับก่อนหน้านี้
แต่เขาไม่มีทางเลือกอื่นเพราะเขาต้องรับผิดชอบอย่างเต็มที่สำหรับเทพและจะทิ้งเขาไว้คนเดียวไม่ได้

ในหมู่บ้านมีพี่น้องฝาแฝดคือ Jing และ Ping
ทั้งคู่มีเชื้อสายจีน
ทั้งคู่หูหนวกบางส่วนและโต้เถียงกับทุกคนโดยบอกว่าคนอื่นๆ มีปัญหาเรื่องการได้ยิน และพวกเขาก็ไม่เป็นไร ดังนั้นชาวบ้านคนอื่นๆ จึงหลีกเลี่ยงการพูดคุยกับพวกเขา
เนื่องจากไม่มีชาวบ้านพูดกับพวกเขา
พวกเขาจึงพูดคุยกันและตอบคำถามของคนอื่นๆ

“ฟังนะ จิง ฉันกำลังคิดที่จะขายวัวและซื้อแกะสองสามตัว” ปิงพูดขณะไปตลาดในหมู่บ้านในตอนเช้า

"โอ้! ใช่ไหม? มูลค่าทองคำลดลงหรือไม่? โอ้พระเจ้า! ให้เราขุดพื้นแล้วเอาทองออกมาให้หมด” จิงตอบ

“ไม่ ไม่ วัวมีไว้สำหรับให้นม
แต่คุณเห็นไหมว่าฤดูหนาวกำลังใกล้เข้ามา

ดังนั้นเสื้อผ้าขนสัตว์จึงเป็นที่ต้องการ
ถ้าเราซื้อแกะได้ไม่กี่ตัว
เราก็จะรวยขึ้นด้วยการขายขนแกะ" ปิงแย้ง

จิงได้ยินก็โกรธและพูดเสียงดังว่า "อะไรนะ!
ไม่ใช่ทองคำทั้งหมด แต่เป็นถ่านหิน?
เจ้ากล้าดูถูกบรรพบุรุษของเราที่หารายได้มากมายและทิ้งไว้ให้พวกเราได้อย่างไร?"

"พี่จะโกรธทำไม เราจะไม่ให้ขนแกะฟรีๆ
เราจะขายให้ชาวบ้านในราคาสูง" ปิงกล่าว

เกิดการต่อสู้ขึ้นระหว่างพี่น้อง
เมื่อมีชาวบ้านสองสามคนมาล้อมพวกเขา
ชาวบ้านคนหนึ่งถามว่า

    "เกิดอะไรขึ้นลุงจิงกับลุงปิง
ทำไมคุณสองคนทะเลาะกันบนถนน"

    "สิ่งที่คุณจะพูดว่าคน? เราจะไม่รีดนมวัวอีกต่อไป"
ปิงกล่าว

    "ใช่ ใช่ ฉันเห็นด้วยกับพี่ปิงเช่นกัน
เราจะไม่ให้เงินคุณแม้แต่บาทเดียว" จิงพูด

    "คนบ้าพวกนี้จะทำให้เราเป็นบ้าแต่เช้าไปกันเถอะ
พวกเขาไม่มีเงินติดกระเป๋า
แต่คนหนึ่งจะรีดนมวัวในจินตนาการของเขา
และอีกคนจะเก็บเหรียญทองจากต้นไม้ในจินตนาการ
พวกเราไปทำงานกันเถอะสุภาพบุรุษ"
ชาวบ้านคนหนึ่งกล่าว

"ใช่ คุณพูดถูก มันเป็นละครประจำวันของพวกเขา รอจนกว่าคุณจะเห็นพวกเขาไปตลาดและเริ่มหยิบผักและผลไม้ที่เน่าเสียใส่ตะกร้าของพวกเขา บ้าทั้งคู่" ชาวบ้านอีกคนสรุป

พี่น้องทั้งสอง - Jing และ Ping เป็นคนร่ำรวย แต่เป็นคนที่ขี้เหนียวมากในหมู่บ้าน ทั้งคู่ยังไม่ได้แต่งงานและมีอายุมากกว่าหกสิบ พวกเขามีสาวใช้ตั้งแต่สมัยบิดามาพักที่บ้าน ทำอาหารให้และใจดีกับพวกเขา ผู้ใหญ่บ้านและหมอประจำหมู่บ้านคอยเฝ้าระวังความต้องการและสุขภาพของพวกเขาอย่างอ่อนโยน

ในขณะเดียวกันเทพก็เริ่มคุ้นเคยกับเพื่อนบ้าน โดยปกติแล้วเขาจะเล่นกับเด็กๆ เมื่อน้อยออกไปทำงาน แต่ชอบที่จะเข้าร่วมกับน้อยที่สนามและดูการทำงานของน้อยและคนในท้องถิ่นอื่นๆ บางครั้งเขาก็ยุ่งกับหญ้าและโคลนเหมือนเด็ก และบางครั้งเขาก็นั่งที่มุมใดมุมหนึ่งของสนามและสังเกตสภาพแวดล้อม เมื่อน้อยสั่งให้กลับไปพักผ่อนที่บ้านเพราะแดดแรงอาจป่วยได้ เทพไม่ยอมจากไป

บางครั้งเด็กที่กลายมาเป็นเพื่อนของเขาก็เล่นเกมกับเทพจึงทำให้น้อยใจ เด็กๆ ดีใจที่ได้เพื่อนใหม่ อาจจะแก่กว่าพวกเขาแต่มีความเป็นเด็กและจิตใจบริสุทธิ์มากกว่า ด้วยความอ่อนน้อมถ่อมตนและนิสัยอ่อนหวาน เทพจึงเป็นที่รักใคร่ของทุกคนในหมู่บ้าน

สปอนดอนกังกูลิ

ในบรรดาเพื่อนใหม่ของเขา Ani (เด็กชายอายุ 12 ขวบ), Em (เด็กชายอายุ 9 ขวบ) และ Bun (เด็กหญิงอายุ 11 ขวบ) คือคนโปรดและใกล้ใจ
มีเด็กอายุสิบห้าคนในกลุ่มอายุหกถึงสิบสี่คนในหมู่บ้านที่ไปโรงเรียนประถมของหมู่บ้าน
ผู้ที่อายุเกินสิบสี่ปีส่วนใหญ่เลิกเรียนหนังสือและเริ่มทำงานในไร่นาหรือในเมืองเพื่อเลี้ยงดูพ่อแม่ของพวกเขา
และมีเพียงไม่กี่คนที่พ่อแม่สามารถจ่ายให้การศึกษาได้ไปเรียนมัธยมปลายในเมืองใกล้เคียง

วันหนึ่ง อนิกับเอ็มพาเทพไปโรงเรียนด้วย
เขาตื่นเต้นมากที่ได้ไปกับพวกเขา
ท่าทางที่ร่าเริงของเขาและรอยยิ้มที่กว้างของเขาแสดงถึงความสุขและความสุขที่ไม่ต้องพูดเป็นพันคำ
ในโรงเรียนมีนักเรียนทั้งหมดสิบแปดคน
พวกเขาอยู่ในกลุ่มอายุที่แตกต่างกันตั้งแต่หกถึงสิบสองปี
โรงเรียนไม่ใหญ่มากแต่จัดได้ดี เรียบร้อย และสะอาด
มีครูเพียงสองคนดูแลเด็กและสอนพวกเขา

ในตอนแรกเทพเฝ้าดูเด็กชายและเด็กหญิงศึกษา ตอบคำถาม และแก้ผลรวมของพวกเขา เมื่อ Ani ไม่สามารถแก้จำนวนเงินที่อาจารย์ให้ไว้ได้ Ani จึงขอความช่วยเหลือจากเทพ
เทพเอาสำเนาของเพื่อนมาแก้ไขในไม่กี่วินาที
มันง่ายมากสำหรับเขา
แต่เขาไม่รู้ว่าวิธีแก้ปัญหาเกิดขึ้นกับเขาได้อย่างไรในทันใด เด็กชายทุกคนเริ่มชื่นชมเทพในการแก้ผลรวมที่ซับซ้อน

อาจารย์เองก็ชื่นชมเขาและถามคำถามบางอย่าง
ตามปกติเขาดูเหม่อลอยและไม่สามารถตอบอะไรได้
อนิบอกครูว่าเขาไม่สามารถพูดได้ ครูบอกให้ Ani
พาเขาไปโรงเรียนกับพวกเขาบ่อยๆ
อนิถามเทพว่าอยากมาอีกหรือไม่ เทพพยักหน้ารับ
โรงเรียนเลิกตอนเที่ยงและกลับบ้าน
อนิพาเทพไปที่บ้านด้วย เอมกับบุนก็ไปด้วย

ที่บ้านของน้อย หลังจากกลับจากทุ่งนา
น้อยไม่เห็นเทพที่บ้าน
เขาเริ่มเครียดและเริ่มมองหาเทพในละแวกนั้น
พีบอกว่าเทพไปโรงเรียนกับเพื่อนๆ
น้อยรีบไปที่บ้านของอนิเพื่อตรวจหาเทพและเห็นเขาอยู่กับ
อนิและเพื่อนๆ ทุกคนก็โล่งใจ
เขารู้ดีแก่ใจว่าโกรธไปก็ไม่มีประโยชน์เพราะเทพจะร้องไห้
อยู่แล้ว เขาพาเทพไปด้วยและกลับมา
เทพดูมีความสุขและร่าเริงหลังจากไปโรงเรียนในหมู่บ้านได้
ไม่นาน

นาข้าว. กาฬสินธุ์

สปอนดอนกังกูลิ

ไม่นานก็กลายเป็นกิจวัตรเมื่อน้อยกลับจากทำงานเทพช่วยให้สดชื่นและผ่อนคลาย
เขาเสิร์ฟน้ำให้น้อยดับกระหายหลังจากทำงานหนักมาทั้งวัน จากนั้นเขาก็ช่วยน้อยในการเตรียมอาหาร
พอได้อาหารก็ช่วยกันทำความสะอาด
บางครั้งเทพก็สังเกตเห็นน้อยทำอาหารเล่นแผลง ๆ โดยซ่อนวัตถุดิบที่หาอยู่
บางครั้งเขาก็ช่วยเหลือน้อยด้วยการมอบทุกอย่างให้กับเขา

บนโต๊ะอาหารมื้อกลางวันหรือมื้อค่ำ
เทพรอให้น้อยใช้ตะเกียบหรือช้อนป้อนอาหาร
เทพไม่เคยทำกินเองเมื่ออยู่กับน้อย
น้อยสั่งให้เขากินเองเสมอ แต่เทพไม่ยอม หลังอาหารเย็น
บางวันก็นั่งคุยกันที่ทุ่งโล่งหน้าบ้านน้อยไม่กี่นาทีหรือหลายชั่วโมง
บางครั้งน้อยก็ให้เทพนอนเอาหัวหนุนตักน้อยและบางครั้งก็เอาหัวหนุนตักเทพ

น้อยจำไม่ได้ว่าตัวเองร้องไห้ครั้งสุดท้ายในชีวิตเมื่อใด
เขาร่าเริงกับคนอื่นเสมอ แต่ลึกๆ
แล้วเขาซ่อนความเศร้าที่ไม่รู้จักพ่อแม่ของเขา
บางครั้งมันทำให้เขากระสับกระส่าย
แต่เขาไม่รู้ว่าจะเริ่มค้นหาอย่างไรและจากที่ใด
หลังจากไซน์มรณภาพแล้ว เมื่อเขาอยู่ในอาราม
เขามีชีวิตที่ยากลำบากตั้งแต่เช้าจรดค่ำ
เขารับใช้ปุโรหิตและสมาชิกคนอื่นๆ

นอกเหนือจากการศึกษาปกติและงานประจำวันอื่นๆ
แต่ชีวิตนั้นสอนให้เขามีระเบียบวินัยและตรงต่อเวลา
แม้แต่ผู้จัดการของเขาซึ่งเคยทำงานในกรุงเทพฯ
ก็ยังชมเชยในความจริงใจและตรงต่อเวลาของเขา

เมื่อใดก็ตามที่น้อยมองดูใบหน้าที่สงบนิ่งและหลับใหลของเทพ เขาสงสารพ่อแม่ของเทพที่ต้องเป็นห่วงเขา *และที่นี่เขาถูกพ่อแม่ทิ้ง*
เขาไม่เคยคิดว่าทารกแรกเกิดจะอยู่รอดได้อย่างไรหากไม่มีผู้ปกครองดูแล

เขารู้สึกถึงความเจ็บปวดที่เขาเก็บไว้ลึก ๆ
ในใจสำหรับพ่อแม่ของเขาตั้งแต่เด็ก
พ่อแม่ของเทพก็ต้องเจ็บปวดหลังจากสูญเสียลูกชายไป
น้อยคิด

ทุกครั้งที่น้อยสัมผัสใบหน้า แก้ม ปากของเทพ เขาจะพูดว่า
"อ่อนจัง! มันเหมือนกับลูกกวาดสายไหมหรือหวานกว่านั้น
ริมฝีปากของคุณแดงและเรียบเนียน
พวกเขาเชิญชวนให้ฉันจูบคุณมากขึ้นเรื่อยๆ แก้ม ใบหน้า
และฝ่ามือของคุณช่างนุ่มนวล
และดวงตาของคุณก็เต็มไปด้วยความไร้เดียงสาเหมือนเด็ก ๆ ฉันรู้สึกว่าความงามทั้งหมดนี้มีไว้สำหรับฉัน
และคุณเป็นของฉันเท่านั้น ฉันปล่อยคุณไปไม่ได้"

แต่ความจริงแล้วน้อยรู้ว่าความสุขทั้งหมดนี้ไม่คงอยู่ถาวรเพราะเทพคือแขกที่สักวันก็ต้องจากไป
ความสัมพันธ์ของพวกเขาเปราะบาง

สปอนดอนกังกูลิ

และทุกอย่างอาจพังทลายเหมือนปราสาททรายบนชายหาด

****

ความคิดของเทพเป็นเขาวงกตที่เขาเองก็กลัวที่จะเสี่ยงเข้าไปด้วย
ส่วนใหญ่เขาเห็นกระบวนการคิดของเขาและพยายามที่จะได้รับข้อมูลจากมัน
คำถามอันร้อนแรงที่ทำให้เขากระสับกระส่ายมักเริ่มต้นด้วยคำถามง่ายๆ

ฉันเป็นใคร? ฉันชื่ออะไร? พ่อแม่ของฉันอยู่ที่ไหน
ทำไมพวกเขาถึงไม่พยายามมองหาฉัน
ฉันไม่สามารถพูดได้โดยกำเนิด?
หรือว่ามันเกี่ยวข้องกับฝันร้ายที่ฉันได้รับ?

เขายอมรับสิ่งที่น้อยบอกเขาอย่างง่ายดาย
เทพรักน้อยเพราะเขาดูแลเทพเหมือนนางฟ้า
เขาจำไม่ได้ว่ารู้จักนอยและไม่เคยเห็นเขามาก่อน
แต่การปรากฏตัวของนอยทำให้เขาได้รับการปกป้องจากความกลัวที่ไม่รู้จัก

เทพรู้สึกถึงอารมณ์ที่แตกต่างเมื่อน้อยสัมผัสเขา
ลูบไล้หรือจูบเขาที่แก้มหรือริมฝีปาก
เขาชอบมากที่สุดเมื่อน้อยเอาหน้าแนบฝ่ามือ
เขาสัมผัสได้ถึงความโหยหาความใกล้ชิดแบบเดียวกันจากโนอิ แต่ด้วยเหตุผลบางอย่าง
โนอิกลับยับยั้งความต้องการของเขาไว้
เทพสังเกตเห็นความยากลำบากในการหักห้ามใจสำหรับน้

อยในโอกาสดังกล่าว
เขาไม่รู้วิธีที่จะทำให้น้อยรู้ว่าเขารักเขา แววตา รอยยิ้ม
และภาษากายของเขาแสดงออกถึงความรักที่มีต่อน้อย
แต่น้อยกลับเลือกที่จะมองข้ามความรักที่แสดงออกทั้งหมด
ถ้าเทพพูดได้เขาคงสารภาพรักดังลั่น โหยหาจูบที่
น้อยไม่ได้ปลูก และสำหรับ ความใกล้ชิด น้อยไม่ได้ให้
เขามักจะได้ยินน้อยพูดอย่างหดหู่ว่าเมื่อเทพฟื้นความทรง
จำแล้วเขาอาจจะลืมน้อยไป
ดังนั้นเขาจึงอธิษฐานว่าหากจำเป็นต้องลืมนางฟ้าน้อยของ
เขา เขาจะไม่มีวันได้ความทรงจำกลับคืนมา
เทพเชื่อว่าเขาไม่มีวันลืมน้อยได้

เขากลัวฝันร้ายที่ทำให้เขาเจ็บปวดทางร่างกายและแผดเผา
จิตวิญญาณของเขา
เขารู้สึกปลอดภัยทุกครั้งที่น้อยสวมกอดเขาหลังจากฝันร้า
ยไม่นาน เขาโหยหาน้อยและไม่อยากจากเขาไป
สัมผัสของน้อย
จูบและอ้อมกอดของเขาทำให้เขารู้สึกสงบเหมือนเด็กและเ
ขารู้สึกเหมือนอยู่ในตักของแม่
คำพูดปลอบประโลมของน้อยทำให้เขาสงบลงได้เหมือนคำ
ปลอบใจของพ่อที่มีต่อลูก
เทพอธิษฐานว่าถ้าในอนาคตเขาได้พบกับพ่อแม่ของเขา
เขาอยากให้พวกเขายอมรับน้อยเป็นเพื่อนรักและเนื้อคู่ของ
เขา เขาอธิษฐานว่าอย่าแยกจากน้อย

****

เด็กชายเล่นกฎหมายตี๋หว่อง

การแข่งยางรถหรือ *ตีวงกฎหมาย* มีการเล่นในพื้นที่ชนบทของประเทศไทย ในอดีต หลายๆ ครัวเรือนจะใช้กระจาดเพื่อวัตถุประสงค์หลายอย่าง เช่น นวดข้าว และใส่ของใช้ในบ้านหรืออาหาร เมื่อตะกร้าชำรุดหรือผู้ใหญ่ใช้ไม่ได้แล้ว เด็กๆ ก็เอาห่วงที่สานไม้ไผ่มาต่อกันเล่นเป็นวงล้อ และนั่นคือวิธีการคิดค้นเกมแข่งรถยาง เมื่อเวลาผ่านไป เด็กๆ

ค้นพบว่าพวกเขาสามารถใช้ยางรถจักรยานแทนห่วงไม้ไผ่ได้ ตั้งแต่นั้นมา เกมดังกล่าวก็กลายเป็นเกมโปรดของเด็กๆในหมู่บ้าน และยังคงเป็นเกมโปรดเพราะราคาไม่แพง สร้างง่าย และสนุก

วันนี้เป็นวันหยุดของเด็กๆในหมู่บ้าน อนิ เอม และบุญมาที่เทพเพื่อเล่นเกมใหม่กับเขา พวกเขาพาเทพไปที่ทุ่งโล่งใกล้ ๆ ซึ่งมีเด็ก ๆ รออยู่ อนิกำลังสอนเทพให้เล่นเกมนี้ กฎของเกมนั้นเรียบง่าย เขาหยิบยางรถจักรยานและไม้หนายาวประมาณหนึ่งฟุตให้เทพดู

"คุณหมุนและควบคุมยางด้วยไม้ในขณะที่คุณแข่ง หากยางของคุณแตก คุณจะออกจากการแข่งขัน คนแรกที่เข้าเส้นชัยโดยที่ยางยังตั้งตรงอยู่คือผู้ชนะ!" Ani กล่าวต่อ

"ผู้เริ่มต้นควรเริ่มต้นด้วยพื้นผิวเรียบ เมื่อคุณก้าวหน้ามากขึ้น ความลาดชันจะเพิ่มความท้าทาย เข้าใจไหม" อานิถาม

เทพผงกศีรษะรับว่าใช่ เขาหยิบยางและไม้เท้าจาก Ani และพยายามหมุนแต่ไม่สำเร็จในครั้งแรก เพื่อนของเขาบางคนเริ่มหัวเราะ แต่ Ani บอกว่าไม่ต้องกังวล

"มันค่อนข้างง่าย คุณจะสามารถเล่นได้หลังจากลองสองหรือสามครั้ง" เขากล่าว

อนิพูดถูก และเทพก็เรียนรู้เกมเร็ว
ดังนั้นพวกเขาจึงเริ่มการแข่งขัน

สองสามรอบแรกไม่ง่าย แต่เทพชนะรอบสูงสุด ค่อยๆ ยากขึ้นเรื่อยๆ ด้วยตรอกแคบๆ ทางขึ้นและทางลงในป่า ทางชันหรือลำธาร
เด็กหลายคนถอนตัวจากรอบที่ยากลำบาก
และเหลือเด็กชายเพียงไม่กี่คน รวมทั้งเทพและอนิ

ในจังหวะสุดท้ายที่กำลังจะถึงเส้นชัยในเกมเทพได้ลื่นไถลไปบนก้อนหินและตกลงไปในลำธาร
เขาได้รับบาดเจ็บอย่างมากและการล้มลงของเขาทำให้เขาหมดสติ

เด็กชายกลัวและไม่รู้จะทำอย่างไร
อนิโน้มน้าวทุกคนว่าถ้าร่วมมือกันจะสามารถยกเทพขึ้นจากน้ำได้ อนิก็กลัวโดนน้อยกับพ่อแม่ดุเหมือนกัน

พวกเขาดึงพระองค์ขึ้นจากน้ำด้วยความยากลำบาก ขณะนั้น
น้อยมาถึงหลังจากมีเด็กชายคนหนึ่งแจ้งเหตุร้ายแก่เขา
น้อยด้วยความช่วยเหลือจากเด็กชายพาเทพไปหาหมอประจำหมู่บ้าน
แพทย์ได้ปฐมพยาบาลรอยฟกช้ำและบาดแผลและขอให้ปล่อยเขาไว้ที่นั่นจนกว่าเขาจะฟื้นคืนสติ
น้อยโกรธเด็กในหมู่บ้านที่ทำให้เทพเล่นเกมรัดเข็มขัดจนเป็นลมหมดสติไป เขาตำหนิเด็ก ๆ โดยบอกว่าสิ่งต่าง ๆ อาจเป็นอันตรายได้หากเขาได้รับบาดเจ็บสาหัส
อานิกล่าวขอโทษและสัญญาว่าจะไม่ทำผิดซ้ำอีก

เขาถามหมอว่าเมื่อไหร่เพื่อนใหม่ของเขาจะฟื้น
หมอปลอบใจทุกคนว่าอีกไม่นานเทพจะไม่เป็นไร

จิงและผิงจึงมาพบหมอ เมื่อคืน คนหนึ่งปวดหัว อีกคนมีไข้
รุ่งเช้าเมื่อตื่นขึ้นทั้งคู่ก็ไม่เป็นไร
ตอนนี้พวกเขาลืมไปแล้วว่าใครปวดหัวและใครเป็นไข้
ดังนั้นพวกเขาจึงมาหาหมอประจำหมู่บ้านเพื่อชี้แจง

"ฟังนะหมอ คุณไม่เข้าใจปัญหาของเรา
ถ้าไม่รู้ว่าเมื่อคืนใครปวดหัว ใครเป็นไข้
เราจะระวังไม่ให้มันเกิดขึ้นอีกได้อย่างไร" จิงถาม

"ครับคุณหมอ คุณเห็นว่าพี่ชายของผมพูดถูก
เราตัดสินใจว่าวันหนึ่งเขาจะทำความสะอาดพื้นและล้างห้องน้ำ วันรุ่งขึ้นฉันจะทำมัน ทีนี้
ถ้าเราไม่รู้ว่าใครทำอะไรเมื่อวาน
และถ้าฉันทำงานเดิมโดยไม่ได้ตั้งใจอีก
ก็จะไม่ยุติธรรมสำหรับพี่ชายของฉัน เห็นไหม" ปิงอธิบาย

"พวกเจ้าทั้งสองใจเย็นก่อน! นั่งบนเก้าอี้ตัวนั้น
ฉันจะตรวจสอบและบอกคุณ" แพทย์กล่าวอย่างใจเย็น

"ใช่ พี่จิง ฉันคิดว่าหมอพูดถูก เขาเป็นคนฉลาด
เขาจะได้รู้ว่าใครต้องทำความสะอาดพื้นและห้องน้ำในวันนี้"

"ครับพี่ผิง
ผมว่าหมอพยายามหลบหน้าเราแล้วเลยบอกให้ไปหากำนัน แต่เราจะไม่ไป

เราจะนั่งบนเก้าอี้เหล่านั้นและรอให้เขาหาทางออกให้กับปัญหาของเรา"

หมอตรวจทีละคนและทำเครื่องหมายที่มือและให้ยาด้วยและทั้งสองก็กลับบ้านอย่างมีความสุข

****

“พรุ่งนี้ข้าจะพาเจ้าไปที่ที่สวยงาม ไม่ต้องไปนาแล้ว” น้อยพูดกับเทพเมื่อกำลังจะเข้านอน

เทพถามด้วยสายตาประหลาดใจว่าอยู่ที่ไหน

“เจ้าจะได้รู้ ดังนั้นคุณต้องลุกจากเตียงก่อนเวลา”

เทพผายมือให้น้อยจูบลูบไล้ แล้วให้น้อยร้องเพลงให้ฟังมิฉะนั้นเขาจะนอนไม่หลับ
น้อยจูบที่หน้าผากของเทพก่อนแล้วจึงจิกริมฝีปากอย่างรวดเร็ว แต่เทพรั้งใบหน้าของน้อยไว้ในอุ้งมือแล้วจูบต่อ
ทั้งคู่หมดลมหายใจในช่วพริบตา
เทพจับผมของน้อยแล้วดึงเข้ามาใกล้ไม่ให้มีช่องว่างระหว่างกัน ปล่อยให้อกและสะโพกแตะกัน
น้อยพยายามอย่างเต็มที่ที่จะควบคุมอารมณ์และความปรารถนา
เทพควบคุมการแสดงความรู้สึกทางเพศต่อน้อยอย่างควบคุมไม่ได้
เขากุมแก้มของโนอิอีกครั้งและจูบเขาราวกับจะเร่งให้โนอิจูบลึกขึ้น ลิ้นของพวกเขาปล้ำกัน
และริมฝีปากก็ขบเม้มซึ่งกันและกัน
กล้ามเนื้อทุกส่วนในร่างกายลุกเป็นไฟ

ทำให้ร่างกายสัมผัสได้ทุกที่
สุดท้ายน้อยก็ยอมจำนนต่อเขาด้วยความรักและความรู้สึกที่ซ่อนเร้น

วัดในขอนแก่น

วันรุ่งขึ้นพวกเขาไปวัดพุทธที่มีชื่อเสียงและสถานที่น่าสนใจบางแห่งในและรอบๆ กาฬสินธุ์

ในกาฬสินธุ์

ตอนแรกนั่งรถ *ตุ๊กตุ๊ก* จากหมู่บ้านไปที่ท่ารถกาฬสินธุ์ แวะสถานีตำรวจชั่วคราว และพบ คปภ. ที่สถานีตำรวจ เจ้าหน้าที่ถามคำถามทั่วไปสองสามข้อกับเทพและน้อยพร้อมกัน เหมือนอย่างเคย เทพตอบอะไรไม่ได้

สปอนดอนกังกูลิ

แต่น้อยก็พยายามตอบแทนเขา
จากนั้นไปโรงพยาบาลธนบุรีพบคุณหมอออสติน
หมอตรวจสุขภาพเบื้องต้นของเทพเป็นประจำและถามน้อยเกี่ยวกับเหตุการณ์ใหม่หรือการเปลี่ยนแปลงพฤติกรรมของเทพที่เขาสังเกตเห็น

เทพไม่รู้สึกสบายใจที่สถานีตำรวจหรือที่โรงพยาบาล
เขาขอร้องให้น้อยพาไปที่ที่สวยงามตามที่สัญญาไว้เมื่อคืนก่อน

หมอถามถึงท่าทางที่เทพกับน้อยอธิบายว่าไปรอบๆ กาฬสินธุ์
และมีแผนจะไปเที่ยวสถานที่น่าสนใจสองสามแห่ง เช่น วัด ร้านอาหารดัง ฯลฯ
น้อยได้ประหยัดเงินในช่วงหนึ่งเดือนที่ผ่านมาสำหรับการออกนอกบ้าน

หมอออสตินอวยพรให้เทพโชคดีและเตือนไม่ให้อยู่กลางแดดหรือดื่มเหล้ามากเกินไปซึ่งอาจส่งผลต่อสุขภาพของเทพได้ น้อยรับปากว่าจะดูแลเทพทุกวิถีทาง
ทั้งสองลาจากหมอและไปเที่ยวอย่างสนุกสนานตลอดทั้งวัน

จากโรงพยาบาลก็ตรงไปยังวัดและอาราม
น้อยเคยใช้ชีวิตในวัยเด็กที่นั่น
หลังจากที่คุณสีเสียชีวิตแล้ว
น้อยก็เข้าร่วมในฐานะเด็กกำพร้าและได้รับการศึกษาขั้นต้นจากพระสงฆ์ที่วัด
ทั้งสองเข้าไปในวิหารหลักและกราบลงต่อหน้าพระพุทธเจ้าเพื่ออธิษฐาน น้อยบอกเทพว่าจะนั่งสวดมนต์อย่างไร

หลังจากสวดอ้อนวอนแล้ว ปุโรหิตก็อวยพรพวกเขา
ทั้งสองพระองค์เสด็จไปรอบพระวิหารและพระอาราม

หลังจากนั้นก็กลับกาฬสินธุ์เพื่อหาข้าวกิน
น้อยพาเทพไปที่อุทยานฟอสซิลไดนาซอร์ก่อนไปกินข้าวกลางวัน

อุทยานแห่งนี้เป็นสถานที่ท่องเที่ยวที่สำคัญแห่งหนึ่งของจังหวัดกาฬสินธุ์

เทพตื่นเต้นที่ได้เห็นและสัมผัสทุกโครงสร้างของสิ่งมีชีวิตขนาดยักษ์เช่นนี้ พวกเขาถ่ายรูปด้วยกันในมือถือของน้อย

ทั้งวันเป็นไปอย่างราบรื่น

พวกเขาเพลิดเพลินกับอาหารกลางวันในร้านอาหารที่ดีและราคาไม่แพง

น้อยบอกเทพว่าพวกเขาต้องเริ่มเดินทางกลับเมื่อตะวันลับขอบฟ้าไปแล้ว

แต่เทพก็ยืนกรานที่จะดื่มด่ำยามเย็นที่นั่นต่ออีกสักสองสามชั่วโมง พวกเขาตัดสินใจที่จะดื่มสักแก้วและฟัง Karakore ในคลับตอนเย็นก่อนกลับ

เมื่อเพลงเริ่มขึ้น ทุกคนก็ส่งเสียงเชียร์สาวเต้นรำบนฟลอร์พร้อมแก้วในมือ

เทพยืนตัวตรงและมุ่งหน้าไปยังฟลอร์เต้นรำ
เขาพาน้อยไปกับเขาด้วย ท่ามกลางแสง สี เสียง และดนตรี เทพคล้ายดาราหนุ่ม

น้อยเต้นไม่เป็นแต่ทิ้งเทพไว้บนฟลอร์ที่มีผู้คนพลุกพล่านนั้นไม่ได้

เขาจึงเริ่มเลียนแบบคนอื่นในการร่ายรำโดยคอยจับตาดูเทพ ละสายตาจากเทพที่หล่อเหลาภายใต้แสงไฟระบำไม่ได้

น้อยไม่รู้ว่าพวกเขาเต้นอยู่บนพื้นนานแค่ไหน หันใดนั้นพบว่าเทพหยุดเต้นทรุดลงกับพื้น ทันใดนั้น น้อยก็อุ้มเขาและพาเขาลงจากฟลอร์เต้นรำโดยมีเด็กผู้ชายอีกสองสามคนที่อยู่ที่นั่นคอยช่วยเหลือ น้อยสังเกตเห็นเด็กชายคนหนึ่งมองเทพอย่างระแวดระวังแล้วรีบวิ่งหนีไป

ผ่านไปไม่กี่วินาทีเทพก็ตื่นขึ้นและขอน้ำ เขารับรองกับน้อยว่าเขาไม่เป็นไรและพวกเขากลับบ้านได้

น้อยจึงพาเขากลับไปที่บ้าน เทพบอกน้อยว่าไม่เป็นไรไม่ต้องเป็นห่วง ขณะกลับ น้อยพาไปหาหมอประจำหมู่บ้านเพื่อตรวจสุขภาพของเทพ และเล่าเรื่องที่เกิดขึ้นทั้งวันให้ฟัง หมอตรวจวัดอุณหภูมิ ชีพจร และ BP ของ อ.เทพ แล้วบอกว่า อาจเป็นเพราะหมดแรงกับทัวร์ นอกจากนี้เขายังแนะนำให้เทพพักผ่อนทั้งหมดเป็นเวลา 2-3 วันถัดไปที่บ้าน

****

“เด็กคนนั้นยังมีชีวิตอยู่!”

"WHO? ว่าไงนะ” อาทถาม

“คนนั้นคือเศรษฐีที่เราลักพาตัวไปเมื่อเดือนที่แล้วและพยายามจะเผาเขาทั้งเป็น”

"คุณกำลังพูดอะไร? พูดแบบนั้นได้ยังไง”

"เมื่อคืนวานนี้ ฉันเกือบชนเขาในบาร์"

"ที่กาฬสินธุ์? สิ่งนี้เป็นไปได้อย่างไร? คุณเมาแล้วหรือยัง"

"อ๋อ เมาค่ะ แต่ก็ไม่ได้เมาจนจำคนไม่ได้"

"เราจำเป็นต้องแจ้งเจ้านายทันที
แต่ก่อนหน้านั้นเราต้องยืนยัน
เราคงตกอยู่ในปัญหาอีกแบบหนึ่งหากข่าวกลายเป็นเท็จ"

"ตกลงให้ฉันดู
ก่อนอื่นเราต้องตรวจสอบโรงพยาบาลที่นั่นที่กาฬสินธุ์ว่ามีใครได้รับบาดเจ็บจากไฟลวกเมื่อเดือนที่แล้วหรือไม่"

"เราควรตรวจสอบบันทึกของตำรวจเกี่ยวกับเรื่องนี้ด้วยหรือไม่"

"คุณโกรธเหรอ? หากไม่มีคำสั่งของบิ๊กบอส
เราก็ไม่สามารถทำเช่นนั้นได้ อันดับแรก
ทำตามที่ฉันบอก"

"และใช่
เราควรพาเด็กชายสองสามคนไปตามหาเขาในเมืองและรอบๆ เมือง"

เมื่อได้ยินข่าวนี้ ซากิก็โกรธอาท

"เป็นไปได้อย่างไรบนโลกนี้?
นี่เธอทำอะไรลงไปเนี่ย" ซากิถามอย่างโมโห
"เราใช้ความระมัดระวังและมาตรการทุกอย่างเพื่อวางแผนการตายของเขา แต่เราเดาไม่ออกว่าเขาหนีไปได้อย่างไร"
อัทตอบ

"ฉันไม่อยากฟังข่าวร้ายจากคุณอีกแล้ว แค่หาไอ้สารเลวนั่นให้เจอและจัดการมันให้ได้ไม่ว่าจะด้วยวิธีใดก็ตาม" ซากิกล่าว

"ฉันบอกให้คุณยิงเขาหรือฆ่าเขาด้วยวิธีอื่น เดี๋ยวเขาไปหาตำรวจเดี๋ยวเราเดือดร้อน" อั๊ตกล่าว "มีปัญหาในการฆ่าเขาด้วยวิธีอื่นและทิ้งศพของเขาไว้ให้ตำรวจระบุ แต่เขารอดได้อย่างไรโดยไม่ได้รับบาดเจ็บ? เขาควรจะถูกเผาเป็นเถ้าถ่าน ยอมรับเถอะว่าจุดจบของคุณคือความประมาทเลินเล่อ" ซากิกล่าว

"ฉันแนะนำให้คุณขายเด็กคนนั้นข้ามพรมแดนด้วย เรามีงานเลี้ยงที่ดีพร้อมในเวลานั้น แต่คุณไม่เห็นด้วยเช่นกัน ถ้าเธอฟังฉัน มันจะไม่เกิดขึ้น อวัยวะของเขาจะถูกปลูกถ่ายให้คนอื่น" อัทตอบ

"อย่าพูดพร่ำเพรื่อ เราคงถูกจับทันทีที่เขาข้ามพรมแดน และเราคงต้องติดคุก บางครั้งฉันก็สงสัยในสมองและความสามารถของมัน ฟัง! ไม่มีประเด็นใดที่จะพูดถึงเรื่องนี้ทั้งหมด ดูสิ่งที่ต้องทำตอนนี้" ซากิตอบ

"อย่ากังวลไปเลยบอส ฉันได้ส่งทีมของฉันไปตามหาไอ้สารเลวนั่นในและรอบๆ บาร์แล้ว ซึ่งคนของฉันก็พบเห็นเขา เราจะจับเขาในไม่ช้า" อาทกล่าว

"เธอต้องทำ ไม่งั้นเธอรู้ดีกว่า..." ซากิพูด .

บทที่ 6: เนื้อคู่ของฉัน

ในกรุงเทพฯ

“ฉันขอโทษพี่สาว ทั้งหมดเป็นเพราะฉัน” Dileep กล่าว

"คุณกำลังพูดอะไร? คุณเป็นบ้าไปแล้วหรือ” Ravi Narayan ถาม ใบหน้าของเขาแสดงความประหลาดใจ

“ใช่ ทำไมพูดแบบนั้นล่ะ” ถาม อินทรานี ดัทท์

"ไม่ไม่. ฉันไม่สามารถรับสิ่งนี้ได้อีกต่อไป การเห็นสภาพของคุณทำให้ฉันเจ็บปวดมาก” Dileep กล่าว

“ได้โปรดหยุดเถอะ! ต้องการจะสื่ออะไร? คุณกำลังสร้างความกดดันทางอารมณ์ให้กับพี่ชายและพี่สะใภ้ของฉันมากขึ้นจากพฤติกรรมของคุณ” Ravi Narayan กล่าว

“เปล่าครับพี่ คุณเห็นไหมว่าทุกที่ที่ฉันเคยพาพาเวลไปด้วย โดยเฉพาะงานปาร์ตี้และงานอื่นๆ ของเขา ฉันอยากไปกับเขาในคืนนั้นด้วย ถ้าฉันอยู่กับเขา เรื่องร้ายๆ นี้คงไม่เกิดขึ้น ฉันถามเขาแล้ว แต่เขาปฏิเสธที่จะพาฉันไปเหมือนครั้งนี้กับเพื่อนสนิทของเขา”

“อย่าโทษตัวเองเลยพี่ชาย
เราไม่สามารถปฏิเสธโชคชะตาได้
ขอเพียงภาวนาให้เขากลับมาโดยสวัสดิภาพโดยเร็วที่สุด
ฉันอยู่ไม่ได้ถ้าไม่มีเขา” อินทรานี
ดัตต์พูดจบก็ร้องไห้สะอึกสะอื้น

“ฉันสงสัยว่าเพื่อนของเขาบางคนเกี่ยวข้องกับการลักพาตัวเขา โดยเฉพาะเพื่อนคนนั้น เขาชื่ออะไร? ใช่แจ๊ส
ฉันสังเกตเห็นหลายครั้งที่เขาแสดงความสนใจในตัวพาเวลมากเกินไป
ฉันไม่เข้าใจเหตุผลที่อยู่เบื้องหลังความสนใจของเขา”
Dileep กล่าว

“คุณพูดแบบนั้นได้ยังไง ดิลีป?
แจ๊สเป็นเพื่อนรักของเขาและเรารู้จักเขามานาน
พวกเขาเรียนด้วยกันตั้งแต่ชั้นประถมด้วย” อินดรานีแย้ง

“เห็นไหม ฉันไม่ได้พูดโดยไม่คิดทบทวน
แจ๊สแจ้งเราในคืนนั้นถึงการลักพาตัว แต่หลังจากนั้น
เขาก็หายตัวไปเกือบสองสัปดาห์
เราไม่สามารถติดต่อเขาหรือเพื่อนคนอื่นๆ ของเขาได้
ฉันเห็นว่าเขาให้คำตอบที่สับสนกับตำรวจระหว่างการสอบปากคำ” ดิลีปตอบ

"ใช่คุณถูก. แม้แต่ฉันก็คิดบางอย่างที่คล้ายกัน” ราวีกล่าว

“ฉันกำลังบอกคุณว่าพี่สะใภ้
มีการสมรู้ร่วมคิดบางอย่างเกิดขึ้น

ฉันไม่เข้าใจว่าทำไมตำรวจถึงลังเลที่จะดำเนินการเรื่องนี้อย่างจริงจัง" เขาพูดต่อ

"ข้าพเจ้าขอวิงวอนท่านทั้งหลาย โปรดหาทางนำลูกของข้ากลับมาอย่างปลอดภัย ฉันรับการแยกทางของเขาไม่ได้อีกแล้ว" อินทรานีสะอื้น

"ไม่ต้องกังวล. เรากำลังทำงานทั้งวันทั้งคืนอย่างไม่รู้จักเหน็ดเหนื่อยเพื่อตามหา Pavel ของเรา และฉันรับรองว่าจะไม่มีใครรอดไปจากฉันได้ อย่างน้อยแม้ว่าพี่ชายของฉันจะแสดงความเมตตาต่อไอ้สารเลวพวกนั้นก็ตาม" Ravi ปลอบใจ Indrani และจากไปพร้อมกับ Dileep

Indrani เช็ดตาของเธอและอธิษฐานต่อผู้ทรงอำนาจ

****

นายโควัฒน์โทรหารุทร นารายัน เพื่อแจ้งข่าวร้ายว่าพวกเขาพบศพชายหนุ่มอายุระหว่าง 18 ถึง 21 ปี พวกเขาสงสัยว่าอาจเป็นพาเวล ศพอยู่ในสภาพทรุดโทรม ตำรวจได้เรียกตัวนายรูดรา นารายัน เพื่อตรวจสอบว่าเป็นพาเวลหรือไม่

Rudra Narayan และ Ravi น้องชายของเขารีบไปพบเจ้าหน้าที่ตำรวจทันที พวกเขาไม่ได้บอก Indrani เพราะเธออาจจะฟื้นจากอาการช็อกไม่ได้ พวกเขาต้องการยืนยันก่อนที่จะแจ้งข่าวใดๆ ถึงอินทรานี

โครงสร้างร่างกายและหมู่เลือดตรงกับพาเวล
พวกเขาทรุดลงด้วยความเจ็บปวดเมื่อเห็นสภาพศพและได้รับข้อมูลอื่น ๆ จากตำรวจ
ราวีพยายามอย่างเต็มที่เพื่อปลอบใจพี่ชาย Rudra Narayan ไม่สามารถเชื่อได้ว่าลูกชายของเขานอนตายอยู่
เขาบอกเรื่องนี้กับภรรยาได้อย่างไร?

Ravi Narayan
ถามคำถามสองสามข้อเกี่ยวกับศพและตำแหน่งที่พบศพกับตำรวจ พวกเขาไม่พอใจกับคำตอบแต่ก็ต้องเชื่อตำรวจ
ในที่สุด Ravi Narayan ถามว่าพวกเขาสามารถไปตรวจ DNA เพื่อให้มั่นใจได้หรือไม่ Rudra Narayan
กล่าวว่าไม่มีความหวังเหลือในการทำให้ลูกชายของเขากลับมามีชีวิต
ดังนั้นเขาจึงไม่ต้องการทำให้ร่างกายของลูกชายพิการอีกต่อไป เขาต้องการให้วิญญาณของเขาไปสู่สุขติ

นายกรวัฒน์บอกให้ไปตรวจดีเอ็นเอหากต้องการคำยืนยัน

ที่ป่อนโนนยาง

เทพกำลังฟื้นตัวจากบาดแผลที่กัดกินเขาจากภายในเนื่องจากการถูกทำร้ายก่อนหน้านี้
เขามีสุขภาพดีและมีความสุขกับน้อย ฝันร้ายที่เกิดขึ้นซ้ำ ๆ ลดลงมาก น้อยพยายามพูดให้เทพพูดเสมอ
แต่เขากลับพูดไม่ออกแม้แต่คำเดียว
เขากลายเป็นผู้สังเกตการณ์เงียบ ๆ ในโลกของโนอิ

น้อยมั่นใจว่าเทพกินยาตรงเวลา
เขาต้องรายงานสุขภาพของเทพให้แพทย์ทราบสัปดาห์ละครั้งและตรวจสอบว่าจำเป็นต้องเปลี่ยนยาหรือไม่

วันหนึ่งนายตำรวจมาพบเทพด้วยตนเองและบันทึกอาการดีขึ้น เขาถามคำถามสองสามข้อกับเทพระหว่างสอบปากคำ แต่เทพตอบไม่ได้
จากนั้นเจ้าหน้าที่ได้เตือนเพื่อนบ้านว่าเด็กชายสูญเสียความทรงจำและเสียง และแนะนำให้พวกเขาระมัดระวังในเรื่องนี้ เขายังแจ้งว่าทั้งน้อยและเด็กชายกำลังถูกสอบสวน

ทุกวัน น้อยจะตื่นแต่เช้าเตรียมอาหารเช้าแล้วปลุกเทพ
เขาจูบเทพเบาๆ ที่ใบหน้า ลูบหัวและขอให้เขาตื่น
เทพลุกขึ้นสักพักแล้วกอดน้อย

วันนี้เทพสังเกตน้อยไม่ตื่น ดูไม่ค่อยสบาย
เป็นเวลาสายแล้ว
เทพตื่นขึ้นมาเพียงลำพังและพบว่าน้อยตัวสั่นด้วยความหนาว เขาแตะหน้าผากของน้อยและสังเกตว่าเขามีอุณหภูมิสูง เขาพยายามปลุกน้อยแต่เมื่อสัมผัสตัวเทพก็รู้ว่าน้อยตัวสั่นเพราะพิษไข้ เทพตกใจรีบออกจากบ้าน

เทพหลงทางตัดสินใจไม่ได้ว่าจะทำอย่างไร
เขารีบวิ่งไปที่เพื่อนบ้านถัดไปชื่อนางสาวพี
แต่พบว่าบ้านของเธอล็อกอยู่
เขาวิ่งไปที่สนามเพราะรู้ดีว่าเธออาจจะอยู่ที่นั่น

เป็นเช้าที่มีเมฆมาก มืดครึ้ม และฝนก็เริ่มตกอย่างกะทันหันขณะวิ่ง

สปอนดอนกังกูลิ 117

เขาล้มลงแต่ลุกขึ้นได้เองและวิ่งต่อไปโดยไม่ลดความเร็วลง เมื่อพบเห็นนางพี
เทพก็พยายามตะโกนเรียกนางพีสุดความสามารถแต่ก็ไม่สำเร็จ
สายฝนโปรยปรายลงมาชะล้างน้ำตาของเทพอย่างไม่หยุดหย่อน

เขาวิ่งไปหานางสาวพี จับมือเธอแน่น
และเริ่มดึงเธอออกจากสนาม
คนงานทุกคนในทุ่งมารวมตัวกันใกล้เขาและพยายามปลอบเขาขณะที่เขาหมดลมหายใจและร้องไห้
เขาไม่สามารถพูดได้ว่าเกิดอะไรขึ้น
จิตใจของเขาถูกปิดกั้นด้วยความกลัวที่ไม่รู้จัก

เมื่อเข้าใจถึงความวิตกกังวลของเขา Phi
จึงไปกับเขาในขณะที่เขาลากต่อไป
เมื่อถึงบ้านเทพดึงเธอไปที่ห้องนอนของน้อย
ในที่สุดเมื่อพบน้อย
คุณพีก็ตรวจดูและปลอบใจเทพว่าไม่ต้องเป็นห่วง
เธอจึงไปหาเพื่อนบ้านและแจ้งให้พวกเขาโทรหาหมอท้องถิ่น เทพนั่งข้างน้อย จับมือ แล้วเริ่มร้องไห้
เขาพยายามปลุกนอยแต่ล้มเหลวเพราะนอยหมดสติไปเพราะไข้ขึ้นสูง

หมอประจำหมู่บ้านได้ตรวจร่างกายของน้อยและบอกว่าไข้อาจเป็นเพราะความหนาวเย็นหรือความเครียดทางร่างกาย เขาขอให้คุณพีปรุงยาที่เขาให้เธอและป้อนให้น้อยเป็นประ

จำโดยไม่ขาดตกบกพร่อง
เขาเขียนยาอีกสองสามตัวที่ต้องจัดการเมื่อเขาฟื้นคืนสติ

น้องพีขอบคุณคุณหมอ ออกค่าใช้จ่าย
และขอให้เพื่อนบ้านคนหนึ่งนำยาของหนูน้อยมาให้
เทพเฝ้าดูเหตุการณ์ทั้งหมดอย่างเงียบๆ ร้องไห้ไม่หยุด

น้องพีจับมือเทพ ลูบหัว
และบอกเขาว่าทุกอย่างจะเรียบร้อยและน้อยจะสบายดี
เธอบอกว่าเธอจะทำอาหารให้พวกเขาในวันนั้น
เธอยังถามเทพว่าจะเลี้ยงน้อยได้ไหมหรือให้เธอช่วยทำ
เทพผงกหัวเป็นเชิงว่าทำได้
เขารู้วิธีเลี้ยงเพราะน้อยเคยเลี้ยงมาก่อน
คุณพีทำซุปให้น้อยและให้เทพ
จากนั้นเธอก็ช่วยน้อยนั่งเพื่อให้เทพตักซุปให้เขา

เกือบบ่ายแล้วที่น้อยตื่นจากการหลับใหล
เขารู้สึกเปราะบางและไม่สามารถลุกขึ้นได้ในขณะที่พยายามลุกขึ้นนั่งบนเตียง
เขาพบเทพนั่งอยู่ข้างๆและดูแลเขาอย่างเต็มที่
วันนี้เทพนั่งเป็นคนขับรถดูแลน้อย
ลึกๆในใจเขามีความสุขที่ได้ทำบุญให้น้อยแต่เขาก็เสียใจเหมือนกันที่เขาไม่เคยคิดมาก่อนว่าจะได้เห็นน้อยในสภาพนี้นอนหมดหนทางอยู่บนเตียง
คุณพีอยู่กับพวกเขาและเฝ้าดูการที่เทพรับผิดชอบทั้งหมดของน้อย
ดูเหมือนว่าตอนนี้เขาจะกลายเป็นคนที่โตแล้วโดยโฟกัสเต็มที่กับสิ่งที่เขาต้องทำ

วันนี้เทพไม่ใช่เด็กคนเดิมของเมื่อวานหรือเด็กที่มากับน้อย
ที่หมู่บ้านของเขาในครั้งแรกอีกต่อไป
เพื่อนบ้านของน้อยก็มาพบเขาและถามว่าจะช่วยอะไรได้บ้าง ทุกคนได้เห็นเทพใหม่เป็นครั้งแรก
เทพทำตามคำสั่งทุกอย่างเป๊ะตั้งแต่ให้ยามาดูแลน้อย
ในตอนเย็น น้อยดีกว่าตอนเช้ามาก

จิงและปิงมาพบน้อยและสอบถามเกี่ยวกับสุขภาพของเขา
เมื่อเห็นพวกเขา ผู้เยี่ยมชมส่วนใหญ่ก็รีบออกไป
พีต้อนรับพี่น้องฝาแฝดและถามถึงสุขภาพของพวกเขา
แม้ว่าเธอจะรู้ว่าสุภาพบุรุษไม่เคยตอบอย่างถูกต้อง

"ค่ะ คุณแม่คนสวย
เรามาเพื่อทราบเรื่องสุขภาพของหนูน้อย
เขาเป็นหนึ่งในสมาชิกหมู่บ้านของเรา
แต่ฉันไม่พอใจที่คุณพูด เราไม่ได้ขอเงิน
เรามาที่นี่เพื่อสอบถามเกี่ยวกับน้อย" ผิงกล่าว

"เราไม่ต้องการดื่มชาในตอนนี้ หญิงสาว
เราได้กินไปแล้วเมื่อเย็นวานนี้
เมื่อเรากลับไปเราจะมีอีกครั้ง ตอนนี้เรามาพบน้อยแล้ว"
จิงตอบ

"ใช่ พี่ชาย ท่านพูดถูก พวกเราต้องช่วยน้อย
เขาป่วยวันนี้เราได้ยิน เฮ้! น้อย ทำไมคุณมายืนอยู่ที่นี่?
นอนบนเตียงเถอะ" ปิงพูดกับเทพ

เทพดูประหลาดใจและพาน้อยไปพักผ่อนบนเตียงของเขา

"ไม่ ฉันไม่คิดว่าเขาเป็นน้อย เราเจอเขาเมื่อวันก่อน
จำพี่ผิงได้ไหม? วันนั้นเรากำลังอาบน้ำอยู่ในสระ
เขาเป็นทูตสวรรค์ที่ฉันเล่าให้ฟัง"

"โอ้! เจ้าชายมาจากเมืองหลวงมาที่นี่หรือ?
เมื่อไหร่และทำไม" ปิงถาม

"ถ้าอย่างนั้นเราต้องรีบกลับบ้าน เขาอาจจะรอเราอยู่ที่นั่น
จะเป็นการเสียมารยาทที่จะทำให้พระราชารอ
ไปกันเถอะพี่จิง"

"ลาก่อนน้อย หายเร็วๆ และพักผ่อนให้เพียงพอ
อย่าไปที่นี่และที่นั่น เราจะกลับมาอีกครั้ง
คุณสามารถมาที่บ้านของเราและรับผลไม้จากสวนของเรา
ได้"

สุดท้ายทั้งคู่ก็จากไป

"ขอบคุณพระเจ้า พวกเขาหนีไป
ไม่อย่างนั้นเราคงบ้าไปแล้ว
ตอนนี้คุณก็พักผ่อนบ้างเช่นกัน
ตั้งแต่เช้าคุณแบกรับความเจ็บปวดทั้งหมดให้น้อย
ฉันอวยพรคุณจากใจ หายป่วยไวๆ
ได้เจอพ่อแม่ด้วยนะลูก" พีบอกกับเทพ

เทพขอบคุณพระเจ้าที่ให้น้อยมีแรงลุกขึ้นนั่งคุยกับเขา
เขากอดน้อยและเริ่มร้องไห้
น้อยลูบหัวของเขาและบอกว่าตอนนี้เขาฟิตและสบายดี
น้อยขอบคุณเทพที่ดูแล

คุณพีบอกน้อยว่าเทพเป็นห่วงเขาและดูแลทุกอย่างที่จำเป็น ทำตามคำสั่งของหมอที่เลี้ยงเขาในฐานะพยาบาลฝึกหัด

น้อยบอกกับเทพว่าตนเป็นหนี้บุญคุณดูแลเขาตลอดยามป่วย เขาบอกจะได้ห่วงเทพน้อยลงหน่อย

ได้ยินดังนั้นเทพก็เม้มปาก น้อยก็หอมแก้มเขาเบาๆ
คุณพีกล่าวลาพวกเขาและพร้อมที่จะจากไป
เธอเตือนพวกเขาว่าเธอจะนำอาหารเย็นมาให้ในคืนนั้น
พวกเขาขอบคุณเธอด้วยกัน

****

บนเตียงมรณะ
ซายน์ได้เปิดโปงว่าเธอได้หนูน้อยมาได้อย่างไร
เธอเล่าย้อนไปนานเพียงใดในคืนพายุฝนกระหน่ำ
สตรีที่บาดเจ็บคนหนึ่งกำลังวิ่งเพื่อปกป้องลูกน้อยของเธอจากพวกอันธพาล จ้างให้ฆ่าทั้งคู่
เธอตั้งใจจะทิ้งลูกไว้ในที่เปลี่ยว และเมื่อ Sine
พยายามเผชิญหน้ากับเธอ ผู้หญิงคนนั้นก็อ้อนวอนให้
Sine ช่วยดูแลลูกให้ปลอดภัย หากทุกอย่างเป็นไปด้วยดี
เธอจะกลับมาหาลูกของเธอ
เธอยังมอบแหวนเพชรและสร้อยทองให้ไซน์และขอให้เธอบอกนามสกุลของเขากับทารกเมื่อเขาอายุได้สิบเก้า
เผื่อว่าเธอจะกลับมาหาเขาไม่ได้

ไซน์บอกนามสกุลของเขาตอนที่เธอกำลังจะตาย มันคือ
'สุขสองวัง'
เธอบอกน้อยว่าเขาสามารถตามหาพ่อแม่ของเขาได้หลังจากที่เขาอายุได้สิบเก้าปี

เขาคิดหนักเรื่องพ่อแม่เมื่อลอดเข้าไปในบ้านเห็นเทพ ความพยายามของ Lod ที่จะครอบครองบ้านของ Sine ล้มเหลวทุกครั้ง

เช้าวันนี้เขามาตรวจดูความเป็นอยู่ของน้อยและพบเทพอยู่กับเขา

โลดไม่เคยเห็นเทพและสงสัยว่าเขาเป็นใครเมื่อน้อยกระโจนเข้าประชิดเพื่อส่งโลดให้ห่างจากเทพ

เขารู้ว่าโลดเป็นคนแบบไหนและเป็นห่วงความเป็นอยู่ของเทพ ในไม่ช้าเขาก็รู้ว่า Lod จะไม่ออกจากบ้าน

น้อยเริ่มตอบคำถามของเขาอย่างไม่สนใจ

เขาบอกลอดว่าเขาได้พบกับเทพและพบว่าเขาเป็นเด็กกำพร้าจึงซื้อเขากลับบ้าน

เขาตั้งใจซ่อนเหตุการณ์ไฟไหม้และการรักษาตัวในโรงพยาบาลของเทพ Lod หมดความสนใจและจากไปในไม่ช้า

ในใจเขาสาปแช่งการปรากฏตัวของเด็กชายเพราะเขามาเพื่อกำจัดน้อยครั้งแล้วครั้งเล่า

จากนั้นเขาก็ไปที่หมู่บ้านของเขาและจ้างคนสองสามคนมาทำงานให้เขา ตอนนี้น้อยไม่ได้อยู่คนเดียว

คืนหนึ่ง มีคนสองสามคนเข้าไปในบ้านของน้อย
พังประตูเข้าไป น้อยกับเทพนอนกอดกันแน่น
คนหนึ่งเข้าไปในห้องนอนแล้วต่อยน้อยไปสองสามที
ส่วนอีกคนก็ลากเทพออกจากบ้าน
เกิดขึ้นเร็วเกินไปจนทั้งน้อยและเทพจับใจความไม่ได้ว่าโดนอะไร น้อยปวดท้องและจมูกของเขามีเลือดออก
เขาตั้งตัวได้และพยายามจับตัวเทพพยายามต่อสู้สามถึงสี่คนพร้อมกัน พวกเขาแข็งแกร่งกว่าเขา

ในที่สุดเขาก็เริ่มตะโกน เมื่อได้ยินเสียงตะโกน
เพื่อนบ้านก็มารวมตัวกันที่นั่น
แต่พวกลูกน้องวิ่งหนีพาเทพไปด้วย

"คุณกำลังมองหาเจ้าชายแห่งสวรรค์หรือไม่"
จิงถามชาวบ้านคนหนึ่ง

"เราไม่มีเวลาคุยกับคุณแล้ว"

"ฟังฉันนะ เราเห็นพวกเขาพาเจ้าชายไปทางขวาจากที่นี่
และเราได้ยินพวกเขาคุยกันเรื่อง..." ปิงหยุดชั่วคราว
พยายามคิดแล้วถามน้องชายของเขาว่า
"พี่ชายจิงพูดอะไร"

"ใช่ พี่ปิง คุณพูดถูก"

"เสียเวลาอะไรนักหนาที่จะจมปลักอยู่กับพวกบ้าๆบอๆแบบ
นี้ ให้เราเดินหน้าต่อไป เวลาอยู่ในมือของเราสั้น
เราไม่รู้หรอกว่าไอ้พวกนั้นพาเทพมาไกลแค่ไหน" น้อยพูด

"ฟังนะพ่อหนุ่ม ฉันกำลังบอกคุณ
เราเห็นคนสี่คนกำลังอุ้มใครสักคนและพูดคุยกัน
หนึ่งในนั้นพูดว่า ถ้าน้อยฟังฉันและคืนทรัพย์สินของฉัน
เราจะคืนเพื่อนผู้นี้โดยไม่เป็นอันตราย ไม่งั้นเสร็จทั้งคู่ บาย
ว่าไง น้อยนี่ใคร? รู้จักเขาไหมพ่อหนุ่ม"
ปิงถามน้อยจับมือเขาไว้แน่น

"ฉันชื่อน้อย ลอด ลุงที่อยู่ห่างไกลของฉันลักพาตัวเทพไป
พวกเขามาที่บ้านของฉันเมื่อสองสามชั่วโมงก่อนและโจมตี
เราเมื่อเราหลับ
พวกเขาใช้ประโยชน์จากความไม่พร้อมของเรา

ฉันไม่สามารถต้านทานพวกเขาได้เนื่องจากการโจมตีอย่างกะทันหันของพวกเขา
ตอนนี้เรากำลังตามหาพวกเขาและเทพอยู่"

"ทำไมคุณถึงติดกับพวกเขาน้อย มาเร็ว"
ชาวบ้านคนหนึ่งพูด

"ไม่รอ. ฉันคิดว่าเราคงได้เบาะแสจากพวกเขาแล้ว"
ผู้ใหญ่บ้านกล่าว

"รู้ได้ไงว่าพูดถึงน้อยกับเทพ? ทำไมเธอถึงได้ยินทุกอย่าง"
ผู้ใหญ่บ้านถาม

"เรากำลังพูดถึงเจ้าชาย
วันนั้นเราพบกันที่บ้านของน้อยตอนที่เขาป่วยหนัก
คุณจำได้ไหม? ไม่มีใครรู้ว่าหลังเที่ยงคืน
เราจะได้ยินเสียงทุกอย่างชัดเจน
และการมองเห็นของเราก็ชัดเจนขึ้น
เราสามารถมองผ่านความมืดได้"

"ใช่ ท่านพี่ซิงเป็นคนซื่อสัตย์ เชื่อเราเถอะ
หลังอาหารเย็นเราตัดสินใจไปเดินเล่นรอบสุสานบรรพบุรุษ
เพื่อเซ่นไหว้ หลายวันมานี้เราเดือดร้อน
บรรพบุรุษมาหาเรา แนะนำให้ไหว้เพื่อกำจัดทุกข์
เมื่อเราไปถึงที่นั่นเห็นคนสองสามคนกำลังมา
พอมืดก็หลบอยู่หลังไม้ได้ยินเขาคุยกันเรื่องน้อยกับเทพ
จากนั้นเราเห็นคนหนึ่งกำลังอุ้มเด็กชายไว้บนหลัง
จากนั้นเขาก็วางเด็กลงบนพื้นเพราะความเหนื่อย
เราระบุทันทีว่าเขาคือเจ้าชาย

สปอนดอนกังกูลิ 125

ต่างคนต่างบ่นกันว่าต้องอุ้มเด็กคนนี้ไปอีกนานแค่ไหน คนหนึ่งแนะนำว่าให้ไปที่โรงเก็บของด้านหลังที่เก็บน้ำในทุ่ง เพราะไม่มีใครไปที่นั่นเพราะไม่ได้ใช้มาหลายเดือนแล้ว

"ขอบคุณมากสำหรับความช่วยเหลือ
เราจะติดต่อกลับหาคุณในไม่ช้า
โปรดกลับบ้านโดยสวัสดิภาพ"
ผู้ใหญ่บ้านกล่าวขอบคุณชายชราทั้งสองแล้วเดินทางต่อไป แล้วสั่งให้น้อยไปที่สถานีตำรวจภูธรกับชาวบ้านสองคน เขาพาชาวบ้านที่เหลือไปด้วยเพื่อไปช่วยเทพโดยเชื่อคำพูดของจิงและปิง

น้อยและชาวบ้านสองคนไปถึงสถานีตำรวจและรายงานเกี่ยวกับอุบัติเหตุ ชาวบ้านคนหนึ่งซึ่งเป็นเจ้าของ *รถตุ๊กตุ๊ก* ให้พวกเขานั่ง
ตำรวจให้ความสำคัญกับการรายงานและดำเนินการตามคดีที่ร้ายแรง ในขณะเดียวกัน ชาวบ้านคนอื่นๆ ไปถึงที่ตั้งและจับตัว Lod ได้ แต่ผู้สมรู้ร่วมคิดคนอื่นๆ ของเขาหนีไปแล้ว พวกเขาช่วยเทพโดยไม่ยากนัก ต่อมานายลอดได้เข้ามอบตัวกับตำรวจ เป็นเวลาเช้า ทุกคนกลับหมู่บ้านของตน .

อุทยานไดโนเสาร์
กาฬสินธุ์

บทที่ 7: ฝันร้าย

Aat และทีมของเขาเริ่มค้นหา Pavel
ต่อสู้ฟันและเล็บเพื่อมัน
กวาดล้างตรอกซอกซอยทุกซอยในกาฬสินธุ์ไม่เหลือแม้แต่หิน
โดยเริ่มจากการค้นหาผู้ป่วยอายุประมาณสิบเก้าหรือยี่สิบปีซึ่งรักษาด้วยอาการบาดเจ็บจากไฟลวกในโรงพยาบาลรัฐทุกแห่ง
พวกเขาระวังไม่ให้ถูกตั้งคำถามและสอดส่องในกระบวนการ

พวกเขาเกาหัวกับงานนี้เมื่อหนึ่งในผู้แจ้งข่าวของพวกเขาให้ข้อมูลเกี่ยวกับการข่มขืนและพยายามฆ่าคดีในแฟ้มของตำรวจเกี่ยวกับเยาวชน
มีรายงานว่าเด็กชายสูญเสียความทรงจำและเข้ารับการรักษาที่โรงพยาบาลธนบุรีด้วยอาการวิกฤต

ตอนนี้พวกเขามั่นใจอย่างหนึ่งว่าพาเวลรอดพ้นจากความตายโดยไม่ถูกไฟคลอก
เลยไม่แจ้งเจ้านายเพราะจะตำหนิว่าประมาทเลินเล่อ
พวกเขาตัดสินใจที่จะตรวจสอบด้วยตัวเอง

นอกจากนี้ยังชี้แจงเหตุผลที่พาเวลไม่ติดต่อพ่อแม่ของเขาและจับกุมผู้ที่ทำร้ายเขา

ในขณะเดียวกัน Saki ได้รู้ว่า Pavel
ยังมีชีวิตอยู่และอาศัยอยู่กับคนที่ชื่อ Noi
ในหมู่บ้านใกล้เคียง
เขาสูญเสียความทรงจำและไม่สามารถพูดได้เช่นกัน
เขาคิดว่ามันเป็นโอกาสที่ดีที่จะตามล่าพาเวลและฆ่าเขาตลอดไป
จึงออกตามหาตามหมู่บ้านใกล้เคียงจนมาถึงบ่อนโนนยาง
ซากิมีแผนที่ซับซ้อนอยู่ในใจ เขาแบ่งทีมออกเป็นสี่กลุ่ม
แต่ละกลุ่มประกอบด้วยสองหรือสามคน
คนหนึ่งแต่งตัวเป็นคนรวยและอีกคนจะเป็นลูกน้องของเขา
เขาบอกทีมของเขาให้ขอความช่วยเหลือจากผู้คนเกี่ยวกับพาเวล
โดยบอกว่าพวกเขามาในนามของนักธุรกิจผู้มั่งคั่งที่ลูกชายของเขาหลงทางในระหว่างการเดินทางเพื่อการศึกษา

ในบ่อนโนนยาง
มีบุคคลหนึ่งระบุพาเวลและให้รายละเอียดทั้งหมดเกี่ยวกับตัวเขาและที่ตั้งบ้านของน้อย

ที่บ่อโนนยาง

หลังจากเกิดเรื่องกับลอด
น้อยก็ระมัดระวังความปลอดภัยของเทพมากขึ้น
ดังนั้นเขาและเพื่อนบ้านจึงคอยเฝ้าดูคนที่เข้ามาในหมู่บ้านโดยเฉพาะคนแปลกหน้า
น้อยยังสอนเทพให้รู้จักป้องกันตัวเมื่อเกิดเหตุเช่นนี้
อีกไม่กี่วันผ่านไปด้วยอารมณ์ที่ดีและมีความสุข
น้อยกับเทพคือเพื่อนซี้และยิ่งกว่านั้นมันเหมือนหนึ่งวิญญา

สปอนดอนกังกูลิ

ณ ในสองร่างที่ไม่มีใครอยู่ได้ถ้าขาดกันและกัน
คนหนึ่งร้องไห้ด้วยความเจ็บปวดของอีกคนหนึ่ง
คนหนึ่งหัวเราะให้กับรอยยิ้มของอีกฝ่าย
มีสายสัมพันธ์แห่งความสุข ความสุข
และความรักนิรันดร์ระหว่างพวกเขา
มันเหมือนกับว่าผู้ทรงอำนาจได้รวมพวกเขาเข้ากับสตริงที่มองไม่เห็นและเป็นส่วนประกอบ
สายใยแห่งความรักและภราดรภาพผูกมัดพวกเขาให้แน่นแฟ้นยิ่งกว่าที่เคย

วันนี้เทพอยู่บ้านคนเดียวเพราะน้อยไปกาฬสินธุ์แต่เช้า
ในตอนแรก น้อยไม่อยากเข้าเมือง ทิ้งเทพไว้คนเดียว
เพราะเหตุการณ์ล่าสุด
เขาได้รับรู้จากชาวบ้านว่ามีคนแปลกหน้าสองสามคนกำลังมองหาใครบางคนอยู่
พวกเขาไม่ได้มาจากหมู่บ้านหรือใกล้เคียง
และไม่มีใครรู้จักพวกเขาเช่นกัน

เทพบอกกับน้อยว่าเขาจะไม่เป็นไรและเพื่อนบ้านข้างๆ (พี) จะดูแลเขาด้วย
น้อยมีงานที่ต้องดูแลในเมืองและไปแจ้งความเกี่ยวกับเทพที่สถานีตำรวจท้องที่ เขาบอกว่าจะกลับมาตอนเย็น
เขาจุมพิตที่หน้าผากของเทพเบาๆ แล้วจากไป
ในเมืองเขาได้พบกับหมอที่โรงพยาบาลซึ่งแนะนำให้เขาพาเทพไปด้วยในครั้งต่อไปเนื่องจากพวกเขาต้องการทำการทดสอบสองสามอย่างเพื่อยืนยันการฟื้นตัวของความทรงจำแ

ละเสียง น้อยได้ไปสถานีตำรวจและพบผู้รับผิดชอบ
ค่ำแล้วเมื่อน้อยกลับบ้าน

ครั้งนี้ Aat จัดการเรื่องนี้ด้วยตัวเองและมาที่หมู่บ้านพร้อมกับเพื่อนชายคนหนึ่งเพื่อตามหา Pavel แต่น่าเสียดายที่ได้พบกับ Xing และ Ping Xing และ Ping อยู่ในสวนหลังบ้าน
ยุ่งกับแม่ไก่และไก่

"ให้เราถามพวกเขาเกี่ยวกับลูกชายของเรา" เพื่อนคนหนึ่งพูด

"แน่นอน."

"สวัสดี ท่านสุภาพบุรุษ
เรากำลังมองหาลูกชายของเจ้านายของเรา
เขาหายตัวไปและเราได้ยินว่าเขาถูกพบที่นี่ในหมู่บ้านนี้
ช่วยเราตามหาหน่อยได้ไหม" อาทถาม

"ยินดีต้อนรับสู่หมู่บ้านของเรา สุภาพบุรุษ
ได้โปรดเข้ามาข้างใน" ซิงตอบ

"แล้วอะไรทำให้คุณมาที่หมู่บ้านของเรา" ปิงถาม

"เจ้านายของฉันกำลังมองหาลูกชายของเขา
เขาเป็นคนผิวขาว สูงและหล่อ"

"ไม่ ไม่ เราไม่ได้ขอวัวของคุณ
เราต้องการขายแกะของเราให้กับคุณ
เป็นการคำนวณง่ายๆ คุณให้เงินเรา 1,000

บาทต่อแกะของเรา 1 ตัว และเราจะให้วัว 1 ตัวในราคา 5,000 บาท"

"วัวกับแกะอะไร คุณเริ่มพูดถึงอะไร เรามาที่นี่เพื่อตามหาชายหนุ่มที่หายไปจากบ้านเมื่อสามเดือนก่อน" ชายคนนั้นตอบ

"ใช่คุณถูก. ราคาตลาดสูงขึ้น เราไม่สามารถขายข้าวในนาของเราให้คุณในราคาถูกได้ คุณต้องซื้อในราคาตลาดเท่านั้น ดูสิ เราได้ลงทุนในไร่นาของเราด้วย"

"ใช่ พี่ชายฉันพูดถูก คุณต้องเอาแกะและให้เงินแก่เรา นั่นคือสิ่งที่เจ้านายของคุณบอกก่อนที่จะส่งคุณมาให้เรา"

"ฟังนะ ท่านสุภาพบุรุษ เราไม่ได้มาที่นี่เพื่อซื้อหรือขายอะไร พวกเรามาจากกรุงเทพ ลูกชายเจ้านายของเราห่างหายจากการไปทัศนศึกษาที่กาฬสินธุ์ และเราได้ยินมาว่าเขาถูกพบที่นี่เมื่อไม่กี่วันก่อน" อั๊ตตะโกนสุดเสียง

"ทำไมเขาตะโกนดังจัง? ฉันแทบเป็นลมรู้ไหม" ปิงพูด

"กรุณาบอกให้เขาพูดเบาๆ ไม่มีใครในหมู่บ้านของเราพูดเสียงดังและหยาบคาย แม้แต่เจ้าชายที่เราเห็นว่ามาจากวังก็ยังต่ำต้อย คุณรู้ไหม" Xing เข้าร่วม

"เจ้าชายองค์นี้เป็นใคร? เขามาจากไหน?
ฉันคิดว่าคุณกำลังพูดถึงลูกชายเจ้านายของเรา
ช่วยพาเราไปหาเขาหน่อยได้ไหม" คราวนี้อาทถามเบาๆ

"ใช่ สุภาพบุรุษ ฉันบอกคุณแล้ว โปรดให้เงินเรา 10,000
บาทสำหรับแกะ 10 ตัว พวกเขาพร้อมสำหรับการจัดส่ง
เราเลี้ยงไว้ตั้งแต่เช้าแล้ว จะได้ไม่ลำบากตอนขากลับ
ว่าไงพี่ผิง"

"ครับพี่ซิง ฟังนะ ท่านสุภาพบุรุษ
หากคุณยอมรับเงื่อนไขของเรา
เราจะอนุญาตให้คุณนำวัวของเราไป มิฉะนั้น
ข้อตกลงจะสิ้นสุดลง คุณต้องการที่จะดื่มชาสุภาพบุรุษ?
ถามซิง

"อะไร? พวกเจ้าสองคนกำลังพูดเรื่องไร้สาระอะไรกัน"
อาทเริ่มหมดความอดทน "เราติดตรงไหน? ฟังนะ
เจ้าเลี้ยงแกะและวัวของเจ้า
เราไม่ต้องการความช่วยเหลือจากคุณ"

"สวัสดีลุงซิงและลุงปิง สบายดีไหม"
หมอประจำหมู่บ้านและผู้ใหญ่บ้านเข้าไปในบ้านของชายช
รา เห็นอาตและพรรคพวก

"ฉันคิดว่าเราเห็นชายคนนี้ก่อนหน้านี้ใช่ไหม? เฮ้
คุณเป็นใคร? ทำไมคุณถึงมาที่นี่? ถ้าจำไม่ผิด
ท่านเป็นคนนอกที่นี่" ผู้ใหญ่บ้านถาม

"ใช่ ครั้งสุดท้ายที่เพื่อนคนนี้ถามเด็กๆ
ทุกคนในหมู่บ้านของเราเกี่ยวกับใครบางคน

และเมื่อฉันเข้าไปใกล้เขา เขาก็หนีไป"
หมอประจำหมู่บ้านตอบ

คำถามและสายตาที่สงสัยของทุกคนทำให้อาตกลับมามีสติสัมปชัญญะ
เขาตระหนักว่าสถานการณ์ไม่เข้าข้างพวกเขาและพยักหน้าให้คนของเขาเพื่อหมายถึงทางออก
จากนั้นเขาก็ขอบคุณทุกคนและออกจากสถานที่

น้อยเป็นห่วงเทพทุกครั้งที่ต้องทิ้งเขาไว้คนเดียวในบ้าน
แม้เขาจะบอกพีและเทพก็มั่นใจว่าเขาจะสบายดีที่บ้าน
แต่ความกลัวแปลกๆ ก็ครอบงำเขา
สัมผัสที่หกของเขากำลังบอกเขาว่าต้องมีบางอย่างผิดปกติ
เขากระตือรือร้นที่จะกลับบ้านให้เร็วที่สุดเท่าที่จะเป็นไปได้
แต่ก็อย่างที่คำโบราณกล่าวไว้ว่า
'ทุกอย่างจะสวนทางกับคุณ
ทำให้คุณล่าช้าออกไปอีกเมื่อคุณรีบร้อน'

ในตอนแรกที่โรงพยาบาลใช้เวลาหลายชั่วโมงในการพบหมอออสตินซึ่งดูแลคดีของเทพ
ดร.ออสตินไปปฏิบัติหน้าที่ด่วนที่กรุงเทพฯ
และกลับมาในช่วงบ่าย น้อยต้องรอทั้งวัน
จากนั้นได้ไปแจ้งความที่สถานีตำรวจภูธรเมืองกาฬสินธุ์
และเข้าพบ คปภ.

ตำรวจตำหนิน้อยที่เลินเล่อเรื่องความปลอดภัยของเทพจากลุงลอดที่อยู่ห่างไกล
น้อยถูกสอบสวนและถามถึงสาเหตุที่เทพไปลักพาตัวไป
หลังจากที่น้อยเกลี้ยกล่อมพวกเขาว่าเจตนาของเขาไม่ได้

ทำร้ายเทพแต่ต้องการต่อรองราคาเพื่อแลกกับเทพคืนอย่า
งปลอดภัย
ตำรวจจึงเตือนเขาอย่างเข้มงวดว่าอย่าทิ้งเทพไว้คนเดียวอี
ก
คำเตือนนี้ยิ่งตอกย้ำความคิดที่จู้จี้ถึงความปลอดภัยของเท
พ
ตอนนี้น้อยกังวลมากขึ้นเกี่ยวกับการปล่อยให้เขาอยู่คนเดี
ยวที่บ้าน แม้ว่าครั้งสุดท้ายที่ตำรวจห้องที่ทุบ Lod
เพื่อวางแผนลักพาตัว แต่ Noi กลับรู้สึกไม่สบายใจราว
เดจาวู เมื่อกลับถึงบ้านก็เป็นเวลาเย็นย่ำ
น้อยแทบจะวิ่งหนีเมื่อเข้ามาใกล้บ้าน

ค่ำมืดแล้วคุณพีไม่ได้เจอเทพมานานแล้ว
เธอออกตามหาเทพและได้ยินเสียงเอะอะโวยวายจากบ้านข
องน้อย
เธอรีบไปที่บ้านของเขาทันทีและพบว่าคนสองคนกำลังต่อสู้
กันอยู่ ในขั้นต้น เธอไม่สามารถระบุใครในความมืดได้
หลังจากนั้นไม่นานเธอพบว่าเทพกำลังถือของมีคมที่สองเ
พียงครั้งเดียวและพยายามจะแทงน้อย
ซึ่งน้อยก็พยายามหลีกเลี่ยงและขอให้เทพวางมีดลงเรื่อยๆ
สตรีผู้นั้นหยิบของมีคมที่วางอยู่ใกล้ธรณีประตูโดยไม่เสียเว
ลาแม้แต่วินาทีเดียว ตีศีรษะของเทพจากด้านหลัง
ทำให้เขาหมดสติไป
น้อยขอบคุณหญิงสาวเป็นอย่างแรกแล้วรีบโทรหาหมอประ
จำบ้านเพื่อขอให้เธอไปอยู่กับเทพ
ระหว่างทางก็เรียกคนไปอยู่กับเทพอีก

หลังจากนั้นไม่นาน น้อยและเพื่อนบ้านอีก 2 คนก็กลับมาพร้อมกับหมอพื้นบ้าน
แพทย์ได้ตรวจเทพและแนะนำให้ส่งเทพในโรงพยาบาลในเมืองทันที
น้อยกับเพื่อนบ้านสองสามคนรีบไปโรงพยาบาลโดยพาเทพไปด้วย
ระหว่างทางทุกคนถามว่าเกิดอะไรขึ้นกับเทพและอะไรที่ทำให้ทั้งคู่ทะเลาะกัน? น้อยบอกตนว่าไม่ได้ทะเลาะกับเทพ เขายังตกใจกับเหตุการณ์ที่เกิดขึ้นเพราะเขาไม่เข้าใจว่าเกิดอะไรขึ้นในตอนเย็น แล้วเล่าเหตุการณ์ให้ฟังว่า

"เมื่อข้าพเจ้ากลับจากเมือง ภายนอกจวนจะมืดแล้ว ฉันถึงบ้านและพบว่าประตูปิดอยู่แต่ไม่ได้ล็อกจากข้างใน ฉันยังพบว่าไฟทุกดวงปิดอยู่ ฉันเข้ามาและเปิดไฟ ทุกอย่างกระจัดกระจายที่นี่และที่นั่น ฉันเริ่มตามหาเทพ ฉันกลัวว่าจะเกิดเรื่องเลวร้ายขึ้นกับเทพตอนที่ฉันไม่อยู่ ทันใดนั้นมีคนโจมตีฉันจากด้านหลัง
ตอนแรกไม่รู้ว่าเกิดอะไรขึ้น
แต่พอหันกลับไปก็พบว่าเป็นเทพถือไม้ปลายแหลมพยายามจะตบผม ยังไงก็ตาม
ฉันพยายามหลบหนีการโจมตีและเริ่มโน้มน้าวเขาและถามเขาว่า 'เกิดอะไรขึ้น ทำไมเขาถึงทำตัวแบบนั้น'
จังหวะนี้ท่อนซุงหลุดจากมือเทพแล้วเขาก็เอามีดพุ่งมาที่ฉัน
จากนั้นเพื่อนบ้านข้างบ้านของข้าพเจ้าก็เข้ามาเอาไม้นั้นตีศีรษะของเทพจากด้านหลังโดยไม่เสียเวลา
ส่วนที่เหลือเป็นประวัติศาสตร์ที่พวกคุณทุกคนรู้ "

บทที่ 8: ความจริงที่น่ากลัว

ในกรุงเทพฯ

พ่อแม่ของพาเวลรู้เรื่องพาเวลและสภาพจิตใจของเขา
เขาสูญเสียความทรงจำในช่วงเวลาสั้น ๆ
และไม่สามารถระบุใครได้ เขายังสูญเสียเสียงของเขา
เขาอยู่กับคนชื่อน้อยซึ่งดูแลเขาในช่วงเวลานี้
แม่ของพาเวลกระสับกระส่ายและต้องการพบลูกชายโดยเร็วที่สุด
พ่อของพาเวลปลอบเธออย่างใจเย็นและสัญญาว่าจะนัดพบพาเวลให้เร็วกว่านี้

Ravi Narayan อวยพร Pavel
เพราะเขาจะไม่ไปกับพวกเขา
มีข้อตกลงสำคัญที่ต้องทำให้เสร็จ
การประชุมจะเกิดขึ้นที่สำนักงาน

เขาพูดกับพี่ชายของเขาว่าผู้ทรงอำนาจอยู่กับพวกเขา
พวกเขาไม่เพียงได้ลูกกลับมาเท่านั้น
แต่ยังใกล้จะปิดดีลที่ทำกำไรได้ซึ่งจะพาธุรกิจไปสู่จุดสูงสุด
Indrani ตอบว่าพรที่ประเมินค่าไม่ได้จริงๆ คือ Pavel
กลับมาหาพวกเขา ไม่มีอะไรสำคัญสำหรับเธออีกแล้ว
Rudra Narayan และ Indrani โค้งคำนับและออกเดินทาง

เมื่อถึงกาฬสินธุ์ก็รีบไปโรงพยาบาล แพทย์
และเจ้าหน้าที่ตำรวจได้พาไปที่หอผู้ป่วยที่ลูกชายนอนรักษ

าตัวอยู่ เมื่อเห็นลูกชายยังมีชีวิตอยู่
พวกเขาน้ำตาไหลออกมา
พวกเขาหมดความหวังที่จะได้พบลูกชายอีกครั้งในชีวิตนี้

โรงพยาบาลกาฬสินธุ์

ก่อนที่พ่อแม่ของพาเวลจะมาถึง
แพทย์ในโรงพยาบาลได้ตรวจเทพและรับตัวเขาทันที
และโทรหาหมอออสติน
ตำรวจท้องที่ถูกเรียกตัวมาที่โรงพยาบาลอีกครั้ง
น้อยเล่าเหตุการณ์ทั้งหมดให้ฟัง
คราวนี้สารวัตรคุมตัวน้อยเข้าคุมขังในข้อหาทำร้ายร่างกายเทพโดยไม่สนใจสาระสำคัญในเรื่องเล่า

เมื่อได้ยินเรื่องราวทั้งหมด
ดร.ออสตินตอบว่าเทพอาจจะเกิดความกลัวอย่างกะทันหันหรือเห็นอะไรบางอย่างที่กระตุ้นให้เขาแสดงพฤติกรรมแบบนี้เพื่อป้องกันตัว เทพอาจไม่ได้ทำร้ายน้อย
อาจเป็นเพราะเทพเห็นภาพหลอนเกี่ยวกับอดีตที่ทำให้เขาต้องทำเช่นนั้น
ทีมของเขาต้องการสังเกตผู้ป่วยจนกว่าเขาจะฟื้นคืนสติ
ด.ญ.ออสตินขอร้องไม่ให้ตำรวจจับน้อยเพราะไม่รู้ว่าเด็กชายจะประพฤติตัวอย่างไรหลังจากตื่นขึ้น
พวกเขาอาจต้องการความช่วยเหลือจากโนอิในกรณีที่สถานการณ์อยู่เหนือการควบคุม
เจ้าหน้าที่ตำรวจตกลงและบอกน้อยว่าเขาอยู่ภายใต้การเฝ้าระวัง น้อยขอให้เพื่อนบ้านกลับ
แต่พวกเขาก็ตัดสินใจที่จะอยู่ที่นั่นเช่นกัน

ในขณะเดียวกัน Pavel ก็ปลุกอีกคนหนึ่งให้ตื่นขึ้นพร้อมกับความทรงจำและเสียงของเขา
เขาขอความช่วยเหลือจากพยาบาลและแพทย์ที่อยู่ในวอร์ด
ดร.ออสตินตรวจสอบเขาอีกครั้งและถามคำถามสองสามข้อ ค่อยๆ
แจ้งให้เขาทราบว่าเขาสูญเสียเสียงและสูญเสียความทรงจำในอดีต คราวนี้พาเวลบอกชื่อของเขา ชื่อบิดา และรายละเอียดอื่นๆ
เขาบอกหมอเกี่ยวกับการลักพาตัวของเขา
แต่จำอะไรไม่ได้หลังจากนั้น
ผู้ตรวจการที่รับผิดชอบรับรายละเอียดจากพาเวลและส่งต่อไปยังสถานีตำรวจเพื่อให้พ่อของเขาได้รับแจ้งและโทรหา

พ่อแม่ของพาเวลมาถึงโรงพยาบาลใช้เวลาประมาณหกชั่วโมง หลังจากไปถึงโรงพยาบาล
พ่อของพาเวลแนะนำตัวเองและถามเกี่ยวกับลูกชายของเขา
ตำรวจและแพทย์บรรยายสรุปเหตุการณ์ทั้งหมดโดยสังเขป
Rudra Narayan บอกหมอว่าเขาสามารถพาลูกชายไปโรงพยาบาลที่ดีที่สุดในกรุงเทพได้หากจำเป็น
แพทย์แนะนำว่าอย่าเพิ่งรีบตัดสินใจและปล่อยให้ลูกชายของเขาเป็นปกติและไม่มีบาดแผล
พวกเขาจะปล่อยพาเวลเร็วกว่านี้เพราะตอนนี้ไม่มีสัญญาณของอันตรายแล้ว

น่าแปลกที่พาเวลไม่สามารถระบุตัวตนของโนอิได้ หลังจากที่พาเวลได้ความทรงจำก่อนการลักพาตัวกลับคืนมา
เขาก็ลืมเหตุการณ์ทั้งหมดระหว่างนั้นและเวลาที่ใช้กับโนอิ เขาไม่สามารถนึกถึงช่วงเวลาที่ยอดเยี่ยมทั้งหมดที่เขาและน้อยมีร่วมกันตลอดหลายวันมานี้

น้อยไม่สามารถรับการเปลี่ยนแปลงอย่างกะทันหันใหม่ได้อย่างราบรื่น สำหรับเขา
โลกและชีวิตของเขาพังทลายลงทันทีที่พาเวลจำเขาไม่ได้ เขาสูญเสียตัวเองในโลกอันโหดร้ายใบนี้โดยที่ไม่เหลือใครให้ ทั้งคู่ถึงกับน้ำตาซึม

พาเวลกำลังร้องไห้ด้วยความดีใจที่ได้เห็นพ่อแม่ของเขาผ่านไปนาน ในทางกลับกัน
น้อยกำลังร้องไห้ด้วยความเศร้าโศก
พ่อของพาเวลก็ไม่ได้ให้ความสนใจกับน้อยและเพิกเฉยต่อเขา เขามีความเห็นว่าพาเวลควรออกไปจากที่นี่ให้เร็วที่สุด เขาพาพาเวลกลับบ้านหลังจากเสร็จสิ้นพิธีการทั้งหมดของโรงพยาบาลและตำรวจท้องที่
พ่อของพาเวลโทรขอความช่วยเหลือทางการแพทย์ และมีการจัดตั้งทีมแพทย์เฉพาะทางที่บ้านสำหรับพาเวล ทีมแพทย์ประกอบด้วยแพทย์ระดับแนวหน้าของกรุงเทพมหานคร

ในขณะเดียวกันก็ไม่มีใครที่น้อยจะร่วมทุกข์ร่วมสุขด้วย เขาไม่ได้อยู่ในโลกนี้แล้ว เขากลายเป็นร่างที่ไร้วิญญาณ เขาไม่รู้ว่าเกิดอะไรขึ้นและจะทำอย่างไรต่อไป?

เขาไม่สามารถไปต่อหน้าเทพและพยายามช่วยให้เขานึกถึงช่วงเวลาที่ทั้งคู่ใช้ร่วมกัน
ความผูกพันในช่วงไม่กี่เดือนที่ผ่านมา
และเขาไม่สามารถปล่อยให้ตัวเองจางหายไปจากโลกนี้

หลังจากที่พ่อแม่ของพาเวลจากไปพร้อมกับพาเวลน้อยก็ถูกเพื่อนบ้านพากลับมาที่บ้าน เขาอกหัก หลงทาง และเสียสติ
เท้าของเขากำลังลากร่างของเขาไปสู่ชะตากรรมที่ไม่รู้จัก
จิตใจของเขากำลังค้นหาความเจ็บปวดที่ท่วมท้นจิตวิญญาณและหัวใจของเขามากขึ้นเรื่อยๆ
ร่างกายของเขาเหมือนเรือที่ต่อสู้เพื่อเอาชีวิตรอดท่ามกลางพายุใหญ่และคลื่นแห่งความเป็นจริง
รู้สึกเหมือนทุกขณะก้าวต่อไปเขาจะล้มลงกับพื้น

****

บทที่ 9: ไม่คาดคิด

กรุงเทพฯ

เมื่อกลับถึงบ้าน พาเวลก็เปลี่ยนไป
เมื่อจำความได้กลับคืนมาแล้วก็ไปอยู่กับพ่อแม่ ก็เศร้าโศก ไม่ไปสังสรรค์ ไม่พูดคุยกับใครมากนัก
เขาไม่สามารถเข้าใจสภาพจิตใจที่หดหู่ของเขาและทำให้ตัวเองยุ่ง ในจิตใต้สำนึกของเขา
เขารู้สึกได้ถึงใครบางคนแต่ไม่สามารถจำได้ถูกต้อง
เขาไม่ใช่พาเวลคนก่อนที่เคยเที่ยวเตร่กับเพื่อนและไปงานปาร์ตี้ อวดความร่ำรวยและใช้จ่ายสุรุ่ยสุร่ายอีกต่อไป
เพื่อนเก่าของเขาพบเขาครั้งหรือสองครั้งและเชิญเขาไปงานปาร์ตี้ แต่เขาปฏิเสธอย่างสุภาพ
พวกเขายังสังเกตเห็นการเปลี่ยนแปลงครั้งใหญ่ในพฤติกรรมและทัศนคติของพาเวล
เขากลายเป็นคนอ่อนน้อมถ่อมตน สุภาพ
เยือกเย็นและเก็บตัว
เขาฟื้นจากบาดแผลจากการถูกลักพาตัวโดยสมบูรณ์ด้วยการให้คำปรึกษาและรับยา
แต่ความทรงจำที่จางหายไปเกี่ยวกับน้อยยังคงไล่ตามเขาด้วยอารมณ์ที่ไม่เปิดเผยชื่อ ตลอดเวลา
เขารู้สึกว่ามีใครบางคนอยู่เคียงข้างเขา
คนที่รักเขาจนสุดหัวใจ ผู้ที่สามารถดูแลเขาได้ดีที่สุด และเป็นคนที่เขาสามารถพึ่งพาได้แม้จะหลับตา

แต่จำตัวตนและชื่อของคนๆ นั้นไม่ได้
มีใครสัมผัสได้ถึงเงาแห่งความโศกเศร้าในตัวเขา

หาดอ่าวนาง ประเทศไทย

เขาอยู่ใกล้แม่มากขึ้นหลังจากกลับบ้านมากกว่าก่อนหน้า
นี้ และสังเกตว่าแม่ของเขารักและห่วงใยเขามากเพียงใด
เขาไม่เคยให้ความสนใจกับเธอเช่นนี้มาก่อน
บางครั้งเขาพยายามแบ่งปันความเจ็บปวดอย่างต่อเนื่องกับ
แม่ของเขา ตามคำแนะนำของตำรวจ
พาเวลได้รับคำแนะนำให้อยู่ในที่ร่มเพื่อความปลอดภัยของ
เขา เขาไม่ได้รับอนุญาตให้ไปไหนคนเดียว

เพราะนั่นอาจเป็นอันตรายสำหรับพาเวล
เพราะผู้ร้ายยังลอยนวลอยู่และอาจโจมตีเขาทั้งที่รู้ว่าเขายังมีชีวิตอยู่ Ravi Narayan น้องชายของ Rudra Narayan แนะนำให้เขาส่ง Pavel
ไปอินเดียเพื่อรับการเปลี่ยนแปลงโดยบอกว่ามันอาจช่วยให้ Pavel
หลุดพ้นจากการบาดเจ็บเพื่อที่เขาจะได้กลับไปเป็นคนเดิม
Rudra Narayan รู้สึกเช่นเดียวกัน
แต่ภรรยาของเขาไม่อนุญาตให้พวกเขาออกจาก Pavel อีกครั้ง Ravi Narayan
บอกให้พวกเขาไปเยี่ยมครอบครัวที่อินเดีย
เขาบอกว่าเขาจะดูแลธุรกิจและการสืบสวนด้วย
นอกจากนี้เขายังยืนกรานว่าน้องชายของเขาจะไม่ชะลอการตัดสินใจและจะไปเยือนอินเดียให้เร็วที่สุดเพื่อเห็นแก่พาเวลอันเป็นที่รักของพวกเขา
น่าเสียดายที่พวกเขาไม่ได้รับอนุญาตจากตำรวจในขณะที่การสืบสวนกำลังดำเนินไป
และพวกเขาต้องการความช่วยเหลือจาก Rudra Narayan และ Pavel เมื่อใดก็ได้

ขณะที่นั่งเฉยๆ อยู่ในห้องของเขาและปล่อยเวลาผ่านไป
พาเวลนึกถึงความทรงจำที่พร่ามัวจากอดีตของเขาในบ้านของโนอิ พาเวลโทรหาแม่ของเขาและเล่าเรื่องที่เกิดขึ้น
เขาอยู่คนเดียวในบ้าน และเขากำลังหาอะไรทำเพื่อฆ่าเวลา
เขาออกมาจากบ้านและเริ่มเล่นกับเด็กในท้องถิ่น
พวกเขายากจน สวมเสื้อผ้าขาดวิ่น
พวกเขาชวนเขาเล่นซ่อนหา เมื่อถึงคราวของเขา

อย่า ปล่อยฉัน

เขาถูกปิดตาด้วยผ้าผืนหนึ่งอย่างแน่นหนา
และเขาก็เริ่มตะโกนด้วยความกลัว ทันใดนั้นเด็ก ๆ
ก็ตื่นตระหนกและวิ่งหนีไปขอความช่วยเหลือ
ทันใดนั้นศีรษะของเขาก็ปวด
และเขาพยายามที่จะเปิดปมของผ้า แต่ไม่สามารถทำได้

เขาแก้ผ้าออกบางส่วนและเห็นคนสามถึงสี่คนถืออาวุธและ
ตะโกนใส่เขา
พวกเขาทุบตีเขาอย่างรุนแรงแล้วฉีดยาให้เขา
หลังจากนั้นเขาก็หมดสติไป ครั้นเวลาเย็น ตื่นขึ้น
เปลื้องผ้านั้นออกจากตา
เขาอยู่ในความกลัวอย่างมากในขณะที่นึกถึงสิ่งที่เกิดขึ้นกั
บเขา เขาซ่อนตัวอยู่ในบ้านหลังนั้นในความมืด
เขาได้ยินเสียงคนเปิดประตูบ้านและเข้าไปในบ้าน
คนๆนั้นเรียกเทพ
ทันใดนั้นเขาก็กระโดดออกไปและตีคนคนนั้นด้วยไม้กระบ
องที่เขาพบในบริเวณใกล้เคียง
หลังจากนั้นเขาก็จำอะไรไม่ได้เลย
เมื่อความรู้สึกของเขากลับคืนมา
เขาอยู่บนเตียงในโรงพยาบาล และพ่อแม่ของเขาก็อยู่ข้างๆ
เขา

****

หลังจากฟังข่าวการกลับมาอย่างปลอดภัยของพาเวล
แจ๊ซก็มาพบเขา พาเวลต้อนรับเขา
แจ๊สสังเกตว่าพาเวลเป็นคนที่เปลี่ยนไปโดยสิ้นเชิง
เขาถามพาเวลเกี่ยวกับสุขภาพของเขาและอยากรู้ว่าเขาห

นีออกจากถ้ำของผู้ลักพาตัวได้อย่างไร
พาเวลบอกว่าเขาจำสิ่งที่เกิดขึ้นหลังจากการลักพาตัวไม่ได้
เขาจำได้ว่าถูกทุบตีอย่างรุนแรงและข่มขืนหลายครั้งโดยไอ้พวกนั้น และเมื่อเขาตื่นขึ้น
เขาก็นอนอยู่บนเตียงในโรงพยาบาล
แจ๊สถามเขาว่าจำหน้าชื่อใครได้บ้าง
พาเวลตอบว่าบางครั้งเขารู้สึกเหงา
และใบหน้าของใครบางคนก็ปรากฏขึ้นในจิตใต้สำนึกของเขา แต่นั่นก็คลุมเครือราวกับอยู่ในความฝัน

แจ๊สชวนเขามาปาร์ตี้ในคลับกับเพื่อนเก่าเพื่อเปลี่ยนเรื่อง
พาเวลตอบว่าเขาไม่สนใจปาร์ตี้อีกต่อไป Pavel เปิดเผยกับ Jazz ว่าเขาไม่ตื่นเต้นทางเพศหรือรู้สึกดึงดูดใจใครอีกแล้ว

"ทำไม? เกิดอะไรขึ้นกับคุณ" แจ๊ซถาม
สีหน้าเป็นกังวล

"ไม่รู้สิ แต่ฉันรู้สึกผูกพันกับคนที่ฉันรู้จักมานาน
ใจฉันปวดร้าวเมื่อเจอคนๆ นั้น และคนๆ นั้นเป็นผู้ชาย" พาเวลตอบ

"อะไร? เขาเป็นใคร"
แจ๊สถามอย่างตกใจอย่างเห็นได้ชัด

"ฉันไม่รู้. ไม่มีอะไรชัดเจนสำหรับฉัน
แต่ฉันรู้สึกว่าคนๆ นี้ห่วงใยฉัน
รักฉันมากกว่าชีวิตของเขาเอง
และสิ่งที่สำคัญที่สุดคือฉันเองก็รักเขาเช่นกัน

แต่เขาคือใคร? ฉันไม่รู้? ฉันจำความทรงจำได้ไม่ชัดเจน" พาเวลตอบอย่างเศร้าใจ

"คุณเคยเป็นเกย์มาก่อนหรือเปล่า" ถามแจ๊ส

"ฉันไม่เคยรู้สึกเช่นนั้น ฉันไม่เคยมีความผูกพันทางเพศแบบนี้กับใคร" พาเวลตอบ

"บางที อย่างที่คุณพูด คุณเคยถูกข่มขืนหลายครั้งในช่วงที่คุณถูกจองจำ บางทีคุณอาจได้รับความเพลิดเพลินจากเซ็กส์ ซึ่งอาจทำให้คุณกลายเป็นเกย์" แจ๊ซเสนอ

"พูดบ้าอะไรเนี่ย? มันไม่เป็นเช่นนั้น อนึ่ง ความรู้สึกนี้เป็นความรู้สึกที่บริสุทธิ์จากใจ ไม่เกี่ยวข้องกับความต้องการทางเพศหรือตัณหา คุณคงลืมไปแล้วว่าเมื่อก่อนฉันเคยมีเพศสัมพันธ์กับผู้หญิงนับไม่ถ้วน" พาเวลตอบ

"บางทีคุณอาจติดใครคนหนึ่งระหว่างที่เข้าพัก และตอนนี้คุณจำคนนั้นไม่ได้แล้ว ให้เวลากับตัวเอง ไม่ว่าคุณจะรักใคร แต่คุณจะยังเหมือนเดิมสำหรับฉัน ขอให้มิตรภาพของเราจงเจริญ ว่าไงนะ" แจ๊สถาม

"สาธุ"

****

การกลับมาของพาเวลเป็นข่าวที่น่าตื่นเต้นในสื่อสองสามวัน

หนังสือพิมพ์ระดับชาติและระดับท้องถิ่นหลายฉบับพิมพ์เรื่องราวโดยละเอียดและนำเรื่องนี้ขึ้นหน้าหนึ่ง

หนังสือพิมพ์บางฉบับระบุว่าครอบครัวของพวกเขาเล่นละครเรื่องนี้เพื่อโฆษณาชวนเชื่อทางธุรกิจ
ขณะที่บางฉบับพาดหัวข่าวว่า

'ครอบครัวได้จิตวิญญาณกลับคืนมา'
เอกสารอีกฉบับกล่าวถึงเรื่องนี้ภายใต้
'การหลบหนีออกจากถ้ำปีศาจ'

แต่ปัญหาหลักคือกรมตำรวจต้องเผชิญกับปัญหาเนื่องจากพวกเขาปิดคดีไปแล้วโดยมีรายงานการเสียชีวิตของพาเวล
เมื่อพาเวลกลับมาอย่างปลอดภัย
แผนกทั้งหมดถูกตำหนิและสงสัยแม้ว่าเจ้าหน้าที่ผู้รับผิดชอบจะดำเนินการสืบสวนต่อไป

ข้อมูลชิ้นนี้ถูกส่งไปยังผู้ลักพาตัวคนสำคัญของพาเวล
ตอนนี้เขากำลังหลบหนี
เขาไม่เคยล้มเหลวในข้อตกลงก่อนหน้านี้
แต่นี่เป็นครั้งแรกที่เขาทำผิดพลาดร้ายแรงซึ่งตอนนี้กลายเป็นข้อผิดพลาดร้ายแรง
ตอนนี้มันเป็นเรื่องของชีวิตและความตายสำหรับเขา

"ฉันต้องบินออกไปจากที่นี่
และเธอต้องจัดการทุกอย่างให้ฉัน"
ซากิกำลังคุยโทรศัพท์กับใครบางคน
"แต่ตอนนี้คุณพูดแบบนั้นได้ยังไง?

คุณต้องรับผิดชอบต่อสถานการณ์นี้เท่า ๆ กัน” เขาตอบบุคคลที่อยู่อีกด้าน

“ฉันรู้ แต่เมื่อไหร่ก็ตามที่ถูกจับได้ เราจะกลายเป็นซุป และคุณก็หนีไม่พ้นเหมือนกัน” เขาบ่นพึมพำ

ความหงุดหงิดปรากฏขึ้นบนใบหน้าของเขาขณะที่เขาขว้างโทรศัพท์ทิ้งอย่างสุดกำลัง ปัจจุบันซ่อนตัวอยู่ในห้องเล็ก ๆ ของซ่องโสเภณีแห่งหนึ่งแถวชานเมืองกรุงเทพฯ

สบถในใจไปเรื่อย ๆ แล้วนึกถึงอาต

“ *เดวิลรู้ว่าอาทอยู่ไหน!*
เขาไม่ติดต่อฉันตั้งแต่ไอ้สารเลวนั่นกลับบ้าน
เดวิลรู้แค่ว่าเราผิดพลาดตรงไหน !”

****

ไม่กี่วันต่อมา นายอรอน ผู้รับผิดชอบคดีนี้จากสำนักงานตำรวจแห่งชาติ ได้มาพบรุทระ นารายัน และเล่าเรื่องการปรับปรุงใหม่ในคดีลักพาตัวลูกชายของเขา ตำรวจจับกุมอาชญากรได้สองสามคน และพวกเขาต้องการให้ลูกชายของเขาระบุตัวตนของพวกเขา ดังนั้นพาเวลจึงต้องไปที่สำนักงานตำรวจ Rudra Narayan ภรรยา พี่ชาย และน้องเขยเข้าร่วมกับ Pavel เมื่อไปถึงกองบัญชาการตำรวจ เจ้าหน้าที่ได้นำตัวพวกเขาไปที่ห้องขัง ซึ่งพวกเขาได้คุมขังอาชญากรทั้งสี่ในข้อหาลักพาตัวและค้ามนุษย์

เจ้าหน้าที่นายอารอนบอกกับ Rudra Narayan
ว่าหลังจากได้รับภาพร่างของผู้ลักพาตัวจาก Pavel
พวกเขาได้ออกประกาศเฝ้าระวังทั่วประเทศและจับพวกเขา
จากสถานที่ต่างๆ
มีไม่กี่คนที่เกือบจะออกนอกประเทศและถูกจับได้จากบริเวณชายแดน

พาเวลระบุว่าสองคนยืนอยู่ข้างหน้าในแถว
หนึ่งในนั้นคืออาท
จากนั้นอาตเล่าเหตุการณ์ทั้งหมดที่เกิดขึ้นให้พาเวลฟังตั้ง
แต่วันที่ลักพาตัวจนกระทั่งเขาถูกตีที่ศีรษะทำให้เขาเป็นลม
อีกครั้ง น่าแปลกที่พาเวลนึกถึงน้อย
ราวกับว่าม่านที่ปกคลุมความฝันถูกยกขึ้น
แต่เขาเลือกที่จะนิ่งเงียบเกี่ยวกับนอยในตอนนี้ Rudra
Narayan
กำลังคุยกับเจ้าหน้าที่โดยเล่าว่าเมื่อไม่กี่เดือนก่อน
ตำรวจบอกเขาว่าลูกชายของเขาเสียชีวิตแล้ว
และขอให้ระบุศพ เขากล่าวว่า
ใจของเขาไม่อยากเชื่อเช่นนั้น และมีความรู้สึกลึกๆ
ว่าข่าวนี้อาจเป็นเท็จ และเขาจะได้พบกับลูกชายของเขา

เขาบอกเจ้าหน้าที่ว่าแม้หลังจากส่งเงินตามจำนวนที่เรียกร้องไปยังผู้ลักพาตัวตามคำสั่งแล้ว
พวกเขาก็ยังทำสิ่งที่ชั่วร้ายนี้
เขาร้องขอให้เจ้าหน้าที่ใช้มาตรการที่เข้มงวดเพื่อค้นหาเหตุผลที่แท้จริงและผู้ร้ายที่อยู่เบื้องหลังการลักพาตัวพาเวล
จากนั้นเจ้าหน้าที่จับหนึ่งในนั้น
ชกเขาอย่างแรงและขอให้เล่าเหตุการณ์ทั้งหมดอย่างรุนแร

ง

ผู้ร้ายคนหนึ่งเปิดเผยกับเจ้าหน้าที่ว่าการลักพาตัวไม่ใช่เพื่อเรียกค่าไถ่ แต่มีการวางแผนที่ลึกซึ้งอยู่เบื้องหลัง
ในที่สุดเขาก็เปิดเผยกับ Rudra Narayan
ว่าแผนทั้งหมดเป็นความคิดของพี่ชายของเขา
เขาจ้างพวกเขาเพื่อดำเนินการตามแผนของเขา
พี่ชายของ Rudra Narayan
ต้องการครอบครองธุรกิจทั้งหมดและทำให้ทั้งครอบครัวของเขาสำเร็จ
ขั้นตอนแรกของการประหารชีวิตรวมถึงการลักพาตัวพาเวลและสังหารเขาเพื่อให้ดูเหมือนเป็นอุบัติเหตุ
ต่อมาพวกเขาเปลี่ยนแผนและเรียกร้องเงินจำนวนมากซึ่ง Ravi Narayan เสนอว่าจะมอบให้กับผู้ลักพาตัว
แต่รับไว้เพื่อตัวเขาเอง

เขาพูดต่อว่าพวกเขาถูกขอให้ค้นหาพาเวลและฆ่าเขาทันทีที่ข่าวการมีชีวิตอยู่ของเขาไปถึงพวกเขา Ravi Narayan
ได้แต่งตั้งคนอื่นควบคู่ไปด้วย
พวกเขาจะต้องฆ่าพาเวลเมื่อสืบหาเบาะแสของเขาได้
พระคุณของพระเจ้าได้ช่วยพาเวล
และเขากลับบ้านอย่างปลอดภัย Ravi Narayan
มีแผนที่ดีที่จะทำให้ลูกชายของเขาเป็นทายาทของบริษัท
เขาพร้อมที่จะฆ่า Rudra Narayan
พี่ชายของเขาและภรรยาของเขา
ในกรณีที่พวกเขาไม่เห็นด้วย

สปอนดอนกังกูลิ

ในตอนแรก
พาเวลและครอบครัวพูดไม่ออกเป็นเวลาหลายนาที
พวกเขาไม่อยากเชื่อสิ่งที่ผู้ลักพาตัวเปิดเผยเกี่ยวกับ Ravi Narayan
ลุงของพาเวลใช้ประโยชน์จากสถานการณ์และพูดต่อต้านผู้ลักพาตัวทันที
เขาแสร้งทำเป็นประหลาดใจที่ผู้ลักพาตัวกล่าวโทษเขา
เขาทำเป็นไม่รู้ไม่ชี้และเป็นใบ้สักสองสามนาที
จากนั้นเขาพยายามจัดการผู้ร้ายหลักโดยเตือนเขาว่าอย่าข้ามขีดจำกัด และสิ่งต่างๆ
อาจพลิกผันอันตรายหากเขาทำเช่นนั้น
เจ้าหน้าที่ต้องเข้าขัดขวางและหยุด Ravi Narayan
ก่อนที่เขาจะทำร้ายผู้ร้าย เขาขอร้องอย่างนุ่มนวลไม่ให้ Ravi Narayan
รบกวนและรับฟังเรื่องราวทั้งหมดจากผู้ลักพาตัวคนสำคัญ

จากนั้นเขาก็หันไปหาผู้ต้องหาคนสำคัญและถามเขาว่าเขาสามารถพิสูจน์สิ่งที่เขากล่าวหา Ravi Narayan ได้หรือไม่ Rudra Narayan
ก็ตกอยู่ในภาวะสูญเสียและเต็มไปด้วยความสับสนว่าจะไว้ใจใครดี เขาหายใจเข้าลึก ๆ
สงบสติอารมณ์แล้วถามคนคนนั้น

"ทำไมคุณถึงโทษพี่ชายของฉัน?
คุณมีหลักฐานว่าเขาอยู่เบื้องหลังหรือไม่?
อะไรเป็นเหตุจูงใจและจะได้ประโยชน์อะไร
ฉันจะเชื่อได้อย่างไรว่าคุณไม่ได้โกหกเพื่อปกป้องตัวเอง
จะเชื่อคุณได้อย่างไร" Rudra Narayan

บอกกับเจ้าหน้าที่ว่าเขาไม่เชื่อเรื่องเล่าของผู้ลักพาตัวเพราะเขารู้ว่าพี่ชายของเขาไม่ได้อะไรจากเรื่องนี้

เขาพึมพำว่า "ท้ายที่สุด
เขามีใครอีกนอกจากฉันและครอบครัวของฉัน?
เขาทำสิ่งนั้นไม่ได้"

อาตหัวเราะเยาะ แล้วตอบรุทร นารายันว่า
"ใครว่าพี่ชายเจ้าไม่มีใคร เขามีลูกชายนอกสมรส
และเขาอยู่ที่นี่กับเรามากในคุก
จากนั้นเขาก็ชี้ให้คนที่ยืนอยู่หลังสุดในแถวพยายามซ่อนตัว พวกเขาเรียกเขาว่า Saki ชื่อเต็มของเขาคือ Shekhar Narayan Dutt"

Ravi Narayan เริ่มตะโกน เต็มไปด้วยความโกรธ
ร่างกายของเขาสั่นอย่างรุนแรงด้วยความโกรธ
ดวงตาของเขาเปลี่ยนเป็นสีแดง คำพูดตอนนี้ยากที่จะพูด ผู้ลักพาตัวขอให้เจ้าหน้าที่เงียบสักครู่และปล่อยให้เขาเล่าเรื่องให้จบ เจ้าหน้าที่ขอให้ Ravi Narayan
เงียบและไม่พูดแทรกในระหว่างนั้น
ผู้ลักพาตัวบอกทุกสิ่งที่เขารู้เกี่ยวกับ Saki
ต่อหน้าพี่ชายของ Rudra Narayan Ravi Narayan
มีความสัมพันธ์นอกกฎหมายกับหญิงสาวเจ้าของซ่องสองสามแห่งในกรุงเทพและที่อื่น ๆ และ Saki
เป็นลูกชายคนเดียวของพวกเขา Rudra Narayan
และภรรยาของเขาตกใจมากที่ได้ยินเกี่ยวกับ Ravi Narayan และลูกชายของเขา

สปอนดอนกังกูลิ

"ว่าแต่ทีมสืบสวนส่วนตัวที่เขาจ้างมาและความกังวลทั้งหมดที่เขาแสดงให้เราเห็นล่ะ?" ถาม Rudra Narayan ชี้ไปที่พี่ชายของเขา

"ทั้งหมดนี้เป็นการกระทำ ทุกๆ ครั้ง เขาหลอกคุณและพยายามยัดเยียดข้อค้นพบเท็จของเขาให้กับทีมสอบสวนของเรา เพื่อไม่ให้เราจับตัวผู้กระทำผิดที่แท้จริงได้" นายอรอนตอบ

Ravi Narayan พูดอะไรไม่ออก ทุกอย่างถูกเปิดเผย

อัทยังยอมรับว่าพวกเขาได้ข่มขืนพาเวลระหว่างถูกควบคุมตัวและได้บันทึกภาพไว้
เขาบอกว่าแผนข่มขืนและถ่ายทำเป็นของ Dileep ลูกพี่ลูกน้องของ Pavel, Saki และลุงของ Pavel นอกจากนี้เขายังเปิดเผยว่า Saki และพ่อของเขามีธุรกิจการค้ามนุษย์และสื่อลามกที่ผิดกฎหมาย

พาเวลจำคนที่ข่มขืนเขาได้ทันทีในวันรุ่งขึ้นของการลักพาตัว เขาคุ้นเคยเพราะนั่นคือดิลีปลุงของเขาที่สวมหน้ากาก

"คุณลุงเหรอ?
ตอนนี้ฉันเข้าใจแล้วว่าทำไมคุณถึงประหม่าและหวาดกลัว ฉันไม่อยากจะเชื่อเลยในความฝันอันเลวร้ายที่สุดของฉัน การดูแลของคุณ ความรักของคุณ ทุกอย่างเป็นเท็จ? คุณแค่ต้องการมีเซ็กส์กับฉันเหรอ?"
พาเวลถามด้วยความตกใจ

มันเป็นการระเบิดอีกครั้งที่สั่นสะเทือนพาเวลและพ่อแม่ของเขา

Dileep พี่เขยของ Rudra Narayan กัมกราบเท้าน้องสาวและสามีของเธอและขอการให้อภัย เอาชนะความรู้สึกผิด เขาสารภาพว่าเขาชอบเด็กหนุ่ม หลังจากที่เขากลับมาจากอินเดีย เขาได้เห็นพาเวลมีรูปร่างที่ดีและมีเสน่ห์ และไม่สามารถควบคุมความต้องการทางเพศที่มีต่อเขาได้ เขาเปิดเผยว่าเมื่อพี่ชายของ Rudra Narayan รู้จุดอ่อนของเขา เขาได้เสนอแผนการที่จะลักพาตัว Pavel Ravi Narayan เสนอว่าหาก Dileep ตกลงที่จะเป็นส่วนหนึ่งของแผนการของเขา เขาจะได้รับโอกาสที่จะเติมเต็มความปรารถนาของเขา มิฉะนั้น สิ่งต่างๆ ก็อาจจะยากสำหรับเขาเช่นกัน

Dileep ไม่มีทางเลือกอื่นเพราะ Ravi Narayan พร้อมที่จะจัดหาเด็กผู้ชายให้เขาเพื่อสนองความต้องการทางเพศของเขา ในตอนแรก Dileep มีมุมที่อ่อนโยนสำหรับ Pavel แต่เมื่อเขาติดเซ็กส์เกย์จากเด็กหนุ่ม เขาไม่สามารถปฏิเสธข้อเสนอทางเพศกับ Pavel ที่ปลอมตัวได้

Dileep เปิดเผยเพิ่มเติมว่า Saki และพวกพ้องของเขาเกี่ยวข้องกับภาพอนาจารเด็กและการค้ามนุษย์ พวกเขาเคยถ่ายทำวิดีโอการข่มขืนเด็กชายและเด็กหญิงที่พวกเขาลักพาตัวมาจากส่วนต่างๆ ของประเทศ

สปอนดอนกังกูลิ

Pavel ถูก Dileep ข่มขืนซ้ำแล้วซ้ำเล่าในช่วงที่เขาถูกจองจำหลังจากถูกมอมยา พวกเขาถ่ายทำการข่มขืนและขู่ให้ Dileep เปิดโปงและฆ่าเขา หากเขาเปิดเผยรายละเอียดใดๆ แก่ใครก็ตาม

ในวันแห่งโชคชะตาวันหนึ่ง Saki และผู้ลักพาตัวคนอื่นๆ ได้จุดไฟเผาสถานที่นั้น แม้ว่า Dileep จะรักหลานชายของเขา แต่เขาก็ไม่สามารถทำอะไรเพื่อช่วยเขาได้ ตั้งแต่นั้นมาความรู้สึกผิดนี้ก็กัดกินเขาอยู่ภายใน เขาพยายามหลายครั้งเพื่อบอกความจริงและขอการให้อภัยจาก Rudra Narayan และ Indrani แต่ไม่สามารถรวบรวมความกล้าได้เพียงพอ

Rudra Narayan และภรรยาของเขาตกใจเกินกว่าจะพูดอะไรได้ ช่วงสองสามนาทีสุดท้ายนั้นทรมาน มีการเปิดเผยความจริงมากมาย พวกเขาไม่สามารถแยกแยะความจริงที่ว่าสมาชิกในครอบครัวกำลังวางแผนต่อต้านพวกเขา พวกเขาขอบคุณเจ้าหน้าที่ตำรวจและแนะนำให้พวกเขาตรวจสอบให้แน่ใจว่าผู้กระทำความผิดได้รับโทษตามกฎหมายอย่างเข้มงวด ด้วยหัวใจที่แตกสลาย พวกเขายังตัดความสัมพันธ์กับทั้ง Ravi Narayan และ Dileep และขอให้พวกเขาไม่เคยไปเยี่ยมบ้านหรือแสดงหน้าอีกเลย

บทที่ 10:
ความภาคภูมิใจหรืออคติ?

พ่อของพาเวลไม่เข้าใจว่าทำไมสมาชิกในครอบครัวถึงวางแผนต่อต้านเขาและครอบครัว โดยเฉพาะพาเวล
ลูกชายสุดที่รักของเขา
เขารู้สึกสับสนและตกตะลึงเมื่อเหตุการณ์พลิกผัน
เขาไม่เคยคาดหวังสิ่งนี้ในความฝันอันสูงสุดของเขา
จนถึงจุดหนึ่ง เขาคิดว่าเป็นการดีที่สุดที่จะกลับไปอินเดีย
เพราะดูเหมือนบ้านของเขาจะเยาะเย้ยเขาที่ไว้ใจคนผิด

ในทางกลับกัน พาเวลจมอยู่ในความทรงจำของโนอิ
เขาจำทุกช่วงเวลาพิเศษที่มีร่วมกับนอย สัมผัสของเขา
ความผูกพันธ์ ทุกๆ
จูบที่นอยได้ประทับลงบนร่างกายของเขา
เขากระวนกระวายและต้องการพบน้อยทันที
เขาตัดสินใจว่าถึงเวลาที่พ่อแม่ของเขาจะได้รู้ว่าหนูน้อยเป็นใคร

บ่ายวันหนึ่ง หลังอาหารกลางวันไม่นาน พาเวลไปที่ระเบียง
ความทรงจำของหนูน้อยเริ่มทำให้เขาจมอยู่ในมหาสมุทรแห่งอารมณ์ที่ไม่รู้จัก
เขานึกถึงเหตุการณ์ตอนที่เขาจูบน้อยเป็นครั้งแรก

สปอนดอนกังกูลิ

น้อยมาที่บ้านเพื่อตรวจดูเทพจากการทำงานในไร่นา
เขากำลังจะเคาะประตูแต่พบว่ามันเปิดอยู่
น้อยตกใจจึงเข้าไปหาเทพ เมื่อได้ยินเสียงของน้อย
เทพก็ออกมาจากห้องน้ำในสภาพเปลือยเปล่า

"คุณกำลังทำอะไร?
ถ้าใครเห็นคุณแบบนี้เขาจะคิดยังไงกับคุณ?
แกไม่ใช่เด็กเล็กๆ แล้วนะเทพ!" น้อยพูด
เขาหยิบผ้าขนหนูมาพันรอบเอวของเทพ
พาเวลจูบน้อยที่ริมฝีปากของเขา
มันเป็นจูบแรกที่น้อยเคยได้รับ
น้อยไม่สามารถควบคุมอารมณ์ของเขาและจับพาเวลและเริ่มจูบริมฝีปากของเขาอย่างเร่าร้อน
ความปรารถนาอันบ้าคลั่งเข้าครอบงำทั้งคู่ และในไม่ช้า
พาเวลก็เปลื้องผ้าให้น้อยและทั้งคู่ก็ย้ายไปที่ห้องนอน
เห็นผ้าเช็ดตัวและกางเกงขายาวกองอยู่ที่มุมห้อง

น้อยประคองใบหน้าของพาเวลไว้ในฝ่ามือแล้วจูบเบาๆ

"คุณคือนางฟ้าในชีวิตของฉัน
ผู้บริสุทธิ์และน่ารักจนฉันไม่สามารถควบคุมความปรารถนาของฉันได้
สิ่งเดียวที่ทำให้ฉันหยุดจูบคุณจนถึงตอนนี้คือความกลัวที่จะสูญเสียคุณไป
ความคิดที่ว่าพรุ่งนี้เธออาจจะลืมฉันหรือไม่อยากให้ฉันจูบเธอ หยุดฉันไว้ทุกครั้งที่ฉันอยากใกล้ชิดเธอ"
น้อยพูดพลางหยุดพักหายใจ

"ฉันไม่รู้ว่าชะตากรรมของเราหรืออนาคตจะเป็นอย่างไร แต่คุณคือคนเดียวที่ฉันมอบหัวใจและจิตวิญญาณให้กับ ฉันไม่สามารถจินตนาการถึงวันหนึ่งที่ไม่มีคุณในชีวิตของฉัน" น้อยกล่าวสรุป น้ำตาไหลอาบแก้มของพาเวล น้อยเช็ดมันเบา ๆ และทั้งคู่ก็ยิ้มให้กัน

ความทรงจำกวนใจพาเวลมากกว่าที่เคย
เขาสูดหายใจลึกและหลับตา
เขารู้สึกสงสารน้อยทุกครั้งที่นึกถึงวันที่ฟื้นคืนสติในโรงพยาบาลแต่จำเขาไม่ได้ ในใจของพาเวลเต็มไปด้วยคำถาม

น้อยเข้าใจสถานการณ์ของพาเวลไหม?

เขาจะยกโทษให้พาเวลไหม?

ตอนนี้ Pavel ควรเปิดเผยความรู้สึกของเขากับ Noi อย่างไร?

หัวใจและความคิดของเขาเต็มไปด้วยคำถามที่ทำให้เขาลำบากใจ
มีเพียงผู้ทรงอำนาจเท่านั้นที่รู้คำตอบสำหรับคำถามเหล่านี้

เขาจำน้อยและวันเวลาที่เคยอยู่กับเขามากขึ้นเรื่อยๆ
เขาตระหนักว่าชีวิตจริงเป็นอย่างไร
และสวยงามและเรียบง่ายกว่าชีวิตผิวเผินที่เขาเคยใช้ชีวิตก่อนหน้านี้อย่างไร
เขายึดติดกับรูปลักษณ์ใหม่ที่มีต่อชีวิตและความรัก
เขารู้สึกได้ถึงแก่นแท้ของความสุขและความสุขที่แท้จริง ซึ่งเกิดขึ้นจากภายใน
และทำให้วิธีมองชีวิตของเขาเปลี่ยนไป

สปอนดอนกังกูลิ

เขาได้พบความหมายของชีวิต
เข้าใจการต่อสู้เพื่อความอยู่รอด
และความรักนั้นอยู่เหนือทุกอุปสรรค
ตอนนี้หัวใจของเขาบริสุทธิ์และรอยยิ้มของเขาสวยงามกว่า
ที่เคยเพราะเขารู้สึกสงบกับตัวตนภายในของเขา
ความผูกพันของเขากับนอยนั้นแน่นแฟ้นกว่าที่เคย
เขาสัมผัสได้ถึงความผูกพันและความรักที่ดึงเขาเข้าหานอย

พาเวลพยายามอย่างยิ่งที่จะบอกความรู้สึกของเขาที่มีต่อโนอิกับพ่อแม่ของเขา แต่ก็ล้มเหลวทุกครั้ง

"กังวล? เป็นอะไรไปลูก? ดูเหมือนคุณจะไม่เป็นไร" Indrani Dutt ถาม

"ไม่มีอะไรแม่!"

"คุณไม่สามารถซ่อนอะไรจากฉันลูกของฉัน
ฉันเป็นแม่ของคุณ"

"คุณดูเหมือนคุณสูญเสียบางอย่างไป
คุณสูญเสียบางสิ่งบางอย่าง? บอกฉัน.
ให้ฉันดูว่าฉันสามารถช่วยได้ไหม" เธอกล่าว

"อืม."

"ฟังนะ
คุณไม่จำเป็นต้องทำตัวเป็นทางการและทำตัวให้มีความสุข
หากคุณไม่ได้มีความสุขจากข้างในอย่างแท้จริง
ฉันเฝ้าดูคุณในช่วงสองสามวันที่ผ่านมา สำหรับฉัน
มันเหมือนได้มอบหัวใจให้กับใครสักคน

ผู้โชคดีคนนั้นคือใคร? นั่นคือคนที่เรารู้จักเหรอ?” เธอถาม แววตาของเธอเต็มไปด้วยความตื่นเต้น

“แม่คะ ถ้าหนูบอกว่าหนูรักคนที่ไม่ได้อยู่ในชุมชน วัฒนธรรม และสถานะของเราล่ะ?” เริ่มพาเวล

“นั่นไม่สำคัญหรอกลูก
ตราบใดที่คุณทั้งคู่จริงใจต่อกันและมีความสุข
เธอเป็นใคร?"

“แม่ครับ ถ้าผมบอกว่าคนที่ผมรักไม่ใช่แม่แต่เป็นเขาล่ะ” พาเวลเฝ้าดูแม่ของเขาอย่างใกล้ชิด

"อะไร! ใคร” อินทรานีถามอย่างกังวลอย่างเห็นได้ชัด

“แม่ครับ ผมขอโทษ
แต่ผมได้ค้นพบตัวเองและชีวิตจากมุมมองที่ต่างไปในช่วงหลายวันหลังการลักพาตัว และใช่ ฉันรักผู้ชายคนหนึ่ง ฉันหลงรักนอย”

“น้อย? เขาคือใคร?"

“เขาเป็นคนที่ช่วยชีวิตฉันตอนที่พวกลักพาตัวพยายามจะเผาฉันทั้งเป็น
เขาดูแลฉันและดูแลฉันมาหลายวันเมื่อฉันไม่มีใคร "

“คุณรักเขาด้วยความกตัญญูเหรอ?
แน่ใจนะว่าไม่ชอบผู้หญิงแต่ชอบผู้ชาย?
ก่อนหน้านี้คุณไม่เคยแสดงท่าทีว่าจะเป็นเกย์เลย
คุณเคยมีแฟนมาแล้วหลายคน” อินทรานีกล่าว

“แม่คะ เมื่อก่อนก็จริง แต่ตอนนี้หนูเปลี่ยนไปมาก
ยอมมีแฟนแต่ไม่เคยปันใจให้ใครก่อน
ทั้งหมดนี้เพื่อความสนุกสนานและเพลิดเพลิน
แม่จะเกลียดหนูไหมที่กลายเป็นเกย์และรักผู้ชายแทนที่จะเ
ป็นผู้หญิง” พาเวลถามโดยสังเกตแม่ของเขา

“ไม่นะลูก แต่แม่เป็นห่วงลูกนะ”
ขอให้มีความสุขอย่างแท้จริงและดูแลกันให้ดี
มันวิเศษแค่ไหนเมื่อคุณสามารถมีความสัมพันธ์กับคนที่คุ
ณรัก! ถ้าคุณรู้สึกพอใจเมื่อได้มองเขา
แสดงว่าคุณเจอคนที่ใช่แล้ว”

“คุณเป็นแม่ที่รัก แต่ฉันจะบอกเรื่องนี้กับพ่อได้อย่างไร”

“คุณต้องรวบรวมความกล้าและพูดกับพ่อของคุณ
ฉันจะอยู่กับคุณ” เธอกล่าว

****

วันหนึ่งเพื่อนเก่าของพาเวล ปาร์คและบอนมาพบเขา
แจ๊สอยู่กับพวกเขา
ปาร์คและบอนขอโทษที่ไม่ได้มาหาเขาก่อน
พวกเขายืนยันว่าจะไปงานเลี้ยง

พาเวลได้รับอนุญาตให้ออกไปข้างนอกได้อย่างอิสระ
เนื่องจากผู้กระทำความผิดทั้งหมดถูกจับและขังไว้หลังลูกก
รง พาเวลตัดสินใจไปพบเพื่อนๆ ของเขาที่คลับ
แต่มีเงื่อนไขข้อเดียวคือต้องกลับมาก่อน 9 โมง
เพื่อนของเขาตกลงที่จะส่งเขากลับบ้านก่อนเวลาดังกล่าวแ
ละพาเขาไปที่คลับ

ในสโมสรเขายังคงห่างเหินและหลงทาง

“ไอ้สารเลว คุณรู้ไหมว่าเราเป็นห่วงคุณมากแค่ไหน” ปาร์คถาม

อย่าโกหก ฉันรู้ว่าคุณเป็นห่วงฉันแค่ไหน ใช่ ฉันขอโทษสำหรับปัญหาที่คุณต้องเผชิญจากตำรวจเพราะฉัน"

“ไม่เป็นไรหรอก ตอนแรกเรากลัว และคำตอบเดียวของเราคือหนี ต่อมาเราก็รู้ว่าเราคิดผิด” ปาร์คและบอนสารภาพกับพาเวล

“จงลืมทุกสิ่ง สิ่งใดที่ล่วงไปแล้วก็ดับไป ตอนนี้สนุกและมีความสุข” พาเวลกล่าว
“คุณได้คุยกับพ่อแม่ของคุณเกี่ยวกับความชอบที่เปลี่ยนไปหรือเปล่า” ถามแจ๊ส

“อ๋อ แม่รู้ แต่ยังไม่ได้คุยกับพ่อเลย”

“คุณสองคนคุยอะไรกัน? พาเวล มาดื่มกัน แล้วไปต่อที่ฟลอร์เต้นรำกัน” ปาร์คตะโกนเรียก

“ไม่ ฉันสบายดีที่นี่” พาเวลตอบ

"อยากกลับบ้านไหม" ถามแจ๊ส

"คุณกำลังพูดอะไร? เราเพิ่งมาถึงเมื่อครึ่งชั่วโมงที่แล้ว และคุณกำลังพูดถึงการจากไป” บอนตอบ

"ไม่ไม่. ใช้ได้. คุณสนุกกับมัน ให้ฉันนั่งที่นี่” พาเวลพูด

"มีบางอย่างกำลังวิ่งอยู่ในใจของคุณ ฉันรู้สึกได้ เป็นอะไรหรือเปล่า" ปาร์คถาม

"ไม่มีอะไร. คนของคุณดื่มแล้ว ไม่ต้องกังวล. ฉันจะจ่ายให้" พอลตอบ

"คุณไปฉันจะเข้าร่วมเร็ว ๆ นี้ ปล่อยให้พาเวลอยู่คนเดียวสักพัก" แจ๊ซกล่าว

"ตามที่ขอ!" พวกเขาตอบพร้อมกันและไปที่ฟลอร์เต้นรำ

"ฉันเอาเครื่องดื่มมาให้คุณไหม" ถามแจ๊ส

"ตกลง."

"ฉันได้ยินว่าตำรวจเรียกคุณ เกิดอะไรขึ้นที่นั่น" ถามแจ๊ส

"ฉันไม่อยู่ในอารมณ์ที่จะเปิดเผยทั้งหมด โปรดอย่าถือสา—จะบอกคุณทุกอย่างในวันอื่น แต่ฉันต้องการแบ่งปันสิ่งหนึ่งกับคุณ นั่นคือฉันจำคนของฉันได้" พาเวลประกาศ

"อะไรนะ!" แจ๊สร้องอย่างประหลาดใจ "ฉันจำทุกอย่างที่เกิดขึ้นหลังจากที่พวกเขาพยายามจะฆ่าฉัน น้อยคือผู้ชายที่ฉันตกหลุมรักและเป็นคนที่หล่อเลี้ยงฉันให้กลับมาเป็นฉันในทุกวันนี้ อยากเจอเขามากแต่ไม่รู้จะไปหาเขาที่ไหน"

"อะไร? คุณเป็นเกย์หรือเปล่า" ปาร์คและบอนถามพร้อมกัน

"ใช. ถ้าคุณรู้สึกรังเกียจฉัน คุณสามารถยุติมิตรภาพของเราและแยกทางกันได้" พาเวลกล่าว

“เราพูดแบบนั้นตอนไหน” ปาร์คกล่าว

“สำหรับเรื่องเล็กๆ น้อยๆ แบบนี้ คุณคาดหวังให้เราทำลายมิตรภาพของเราเหรอ? คุณคือเป็ดทองคำของเรา” บอนตอบด้วยรอยยิ้มซุกซน

“ใช่ บอนพูดถูก แม้ว่าคุณจะอยากตบก้นเรา เราจะไม่คัดค้านตราบใดที่พ่อของคุณจ่ายให้” ปาร์คหัวเราะ

“หยุดพล่ามซะ เจ้าปีศาจนอกลู่นอกทาง”

ทุกคนหัวเราะออกมา

“โปรดบอกเราเพิ่มเติมเกี่ยวกับความรักครั้งใหม่ของคุณ” บอนร้องขอ

“ใช่ เราอยากได้ยินความรู้สึกและประสบการณ์ของคุณกับผู้ชายของคุณ จากปากของคุณ” ปาร์คยิ้มเยาะ

“คุณมีเซ็กส์กับเขาใช่ไหม? แก้ไขฉันถ้าฉันผิด” บอนเริ่ม

“พวกเจ้ากำลังพูดถึงขยะอะไร” พาเวลขัดจังหวะ มีอาการระคายเคืองปรากฏบนใบหน้าของเขา

“คุณทำตัวเหมือนไม่เคยมีเซ็กส์กับใครมาก่อน นางฟ้าผู้น่ารักของฉัน” ล้อเลียนบอน

"หยุดนะ!" แจ๊สกล่าว “อย่ารบกวนเขาอีกเลย เขายังไม่หายจากอาการบาดเจ็บ ให้เวลาเขาสักหน่อย ยิ่งไปกว่านั้น เขากำลังเข้ารับคำปรึกษาเพื่อเอาชนะมัน” แจ๊สกล่าวสรุป

"โอ้! เราเสียใจอย่างยิ่งที่รัก”

“ไม่ ไม่ ไม่เป็นไร ฉันไม่เป็นไรและสบายดี”

“คุณควรคุยกับพ่อของคุณเกี่ยวกับเรื่องนี้โดยไม่รอช้าอีกต่อไป” แจ๊ซกล่าว

วันเดียวกันที่โต๊ะอาหารเย็น พาเวลพูดถึงหัวข้อของน้อย เขาขอร้องพ่อและขอความช่วยเหลือเพื่อพบกับน้อย เขาสารภาพรักกับน้อยและบอกว่าเขาขาดเขาไม่ได้ สำหรับเขา โลกทั้งใบเริ่มต้นและจบลงที่โนอิ พ่อของเขาไม่สามารถระงับความโกรธของเขาได้ เขาตะโกนใส่พาเวลเพื่อถามว่าเขาจะทำอย่างไรกับตราบาปทางสังคมที่มาพร้อมกับการยอมรับน้อย มันเป็นเรื่องของศักดิ์ศรีสำหรับเขา เขาบอกว่าเขาไม่อยากได้ยินลูกชายถูกเรียกว่าเป็นเกย์หรือกลายเป็นเรื่องตลกในวงสังคม เขาดุพาเวลอย่างรุนแรงและไม่ช่วยตามหาน้อย เขาแนะนำว่าพาเวลลืมบุคคลและเหตุการณ์ที่ก่อให้เกิดสิ่งนี้

พาเวลพยายามอธิบายกับพ่อของเขาว่านั่นเป็นเพราะโนอิที่เขายังมีชีวิตอยู่ในวันนี้ และโนอิก็อยู่คนเดียวและต้องการความเป็นเพื่อนมากกว่า

ที่เคย
เขาพยายามเล่าเรื่องที่น้อยดูแลเขาและช่วยให้เขาเอาชนะฝันร้าย
แต่ไม่เคยใช้ประโยชน์จากความหมดหนทางของเขา

เกิดการโต้เถียงระหว่างพาเวลกับพ่อของเขา
พ่อของพาเวลเห็นพ้องต้องกันว่าน้อยทำสิ่งที่สูงส่งด้วยการดูแลพาเวล และเขาเป็นหนี้บุญคุณสำหรับสิ่งนี้
แต่นี่ไม่ได้หมายความว่าเขาจะยอมรับความสัมพันธ์ที่ผิดธรรมชาติซึ่งขัดกับกฎของสังคม
เขาชี้แจงว่าพาเวลไม่ควรสับสนระหว่างความรู้สึกขอบคุณกับความรัก เขาเสริมว่าในขณะที่เขารู้สึกขอบคุณเช่นกัน
เขาเกลียดโนอิที่ทำให้พาเวลเปลี่ยนรสนิยมทางเพศ
มันก็เป็นเหตุผลที่เขาไม่ยอมรับน้อย
เขาเปิดเผยว่าเขาได้จ่ายเงินทำบุญให้น้อยไปแล้ว 10,000 บาท และเห็นว่าเงินจำนวนนี้เพียงพอสำหรับเพื่อนแล้ว

พาเวลบอกพ่อของเขาว่าน้อยจะไม่ยอมรับเงินใด ๆ เพื่อดูแลเขา
เขาเชื่อมั่นว่าน้อยรักเขากลับด้วยความรักอันแรงกล้าเช่นเดียวกัน
เขาอ้อนวอนพ่อของเขาเพื่อให้เขากลับไปหานอยเพราะเขาอาจจะล้มป่วยเพราะพาเวลไม่อยู่
พ่อของพาเวลไม่เชื่อและแนะนำพาเวลให้ลืมอดีตเสีย
เขาบอกว่า
อะไรก็ตามที่เกิดขึ้นระหว่างเขากับน้อยเป็นเรื่องของอดีตไปแล้ว และขอให้เขาฝังมันเสีย

เขาสั่งพาเวลว่าอย่าออกไปนอกบ้านและพวกเขาจะย้ายไปอินเดียในไม่ช้า
เขายังบอกให้ทุกคนเริ่มพิธีการเพื่อยุติธุรกิจของเขาที่นี่ในกรุงเทพฯ

พาเวลทนไม่ได้ที่จะได้ยินเรื่องนี้
เขาขังตัวเองอยู่ในห้องและร้องไห้ไม่หยุด Indrani Dutt พยายามโน้มน้าวให้ Rudra Narayan ออกมาจากกรอบความคิดเก่า ๆ และยอมรับ Noi
เธอพยายามอธิบายว่าชื่อเสียงหรือความอัปยศของครอบครัวนั้นเทียบไม่ได้เลยกับชีวิตของพาเวล
สิ่งที่สำคัญที่สุดคือความเป็นอยู่และความสุขของพาเวล
เธอแนะนำให้เขาทบทวนการตัดสินใจของเขาเสียใหม่

อย่า ปล่อยฉัน

พระพุทธโนนบุรี

บทที่ 11:
หายไปตลอดกาลหรืออยู่ด้วยกันตลอดไป?

บ้านโนนยาง

วันรุ่งขึ้น Rudra Narayan เข้ามาในห้องของ Pavel และบอกให้เขาลุกขึ้นและเตรียมตัวให้พร้อมภายในสิบนาที พวกเขากำลังออกจากสถานที่ พาเวลรู้สึกว้าวุ่นใจด้วยหัวใจที่แตกสลายและสภาพจิตใจที่หดหู่ แต่เขาก็ยังปฏิบัติตามการตัดสินใจของพ่อ เพราะเขาไม่สามารถฝืนความต้องการของพ่อได้ เขาเตรียมตัวเดินทางแต่ต้องประหลาดใจที่เห็นพ่อนั่งรออยู่ในรถเพียงลำพัง

พาเวลนั่งคิดใคร่ครวญตลอดการเดินทาง คิดว่าพวกเขากำลังมุ่งหน้าไปที่ใด เขาไม่เข้าใจว่าทำไมแม่ของเขาถึงไม่ไปกับพวกเขา อีกทั้งรถกำลังเคลื่อนไปยังจุดหมายที่ไม่รู้จักและไม่ไปสนามบิน ด้วยความเศร้าใจเมื่อเหตุการณ์พลิกผัน เขานั่งครุ่นคิดโดยไม่สนใจสิ่งรอบข้าง ความคิดของเขาฟุ้งซ่านเกี่ยวกับความทรงจำกับน้อยและสถานะปัจจุบันของเขา เขาหลงลืมเวลาและทันใดนั้นก็ตระหนักว่ารถหยุดแล้ว และสถานที่ดูคุ้นเคย

พาเวลวิ่งลงจากรถด้วยความดีใจ
เพราะเขามาถึงสถานที่ที่เขาเคยมีความสุขที่สุดในชีวิตกับน้อย เขารู้ทุกซอยเหมือนชาวบ้าน
พวกเขากลับเข้าไปในรถและมุ่งหน้าสู่บ้านของน้อย

ตอนนี้พวกเขาอยู่ที่บ้านของน้อย พบผู้ใหญ่บ้าน คุณพีเพื่อนบ้านของน้อย คนในหมู่บ้าน และเพื่อนของเทพ อานีเอม และบุญอยู่ข้างนอก
ผู้ใหญ่บ้านกำลังพูดอย่างเศร้าใจว่าหนูน้อยผู้น่าสงสารไม่เหลือความหวังและรู้สึกเสียใจที่ตัดสินใจจบชีวิตลง
พวกเขากำลังพูดถึงการพาหนูน้อยไปโรงพยาบาลที่กาฬสินธุ์

พาเวลวิ่งไปจนสุดทางและไปถึงในระยะที่ได้ยินจากผู้คนที่รวมตัวกันที่บ้านของโนอิ
และได้ยินพวกเขาคุยกันเรื่องสุขภาพของโนอิ
เขาวิ่งเข้าไปในบ้านตรงไปที่ห้องนอนและพบน้อยนอนหมดสติอยู่บนเตียง

ทุกคนจ้องมองที่พาเวลและพ่อของเขาและเริ่มพูดด้วยเสียงกระซิบ Rudra Narayan
ถามหมอท้องถิ่นเกี่ยวกับสุขภาพของ Noi
หมอบอกว่าน้อยมีอาการซึมเศร้าเมื่อเทพจากไปและหยุดกินไปหลายสัปดาห์

“หลังจากเสียเทพไป
เขาก็หมดความกระตือรือร้นที่จะมีชีวิตอยู่
ขังตัวเองอยู่แต่ในบ้าน

สปอนดอนกังกูลิ

ไม่ออกไปทำงานหรือพูดคุยกับใครเหมือนอยากตาย"
หมอตอบ

พาเวลหยุดร้องไห้ไม่ได้หลังจากได้ยินสิ่งนี้
เขาเริ่มสะอื้นเหมือนเด็กและเริ่มจูบน้อยเพื่อปลุกเขา

นางสาวพีเดินไปหาพ่อของพาเวลและถามว่าเขาคือรุทรา
นารายันหรือไม่ เธอให้ห่อหนึ่งแก่เขาแล้วพูดว่า

"จำไว้นะ เจ้ามาที่หมู่บ้านของเราและให้เงินห่อนี้แก่น้อย
หลังจากที่คุณจากไป เขาให้เงินฉัน เขาร้องไห้หนักมาก
และพูดซ้ำๆ ว่าเงินนั้นมีประโยชน์อะไร?
มันไม่มีค่าและขอให้ฉันคืนให้คุณ
เขาต้องการให้ฉันบอกคุณว่าเขาไม่เคยคาดหวังค่าตอบแท
นใด ๆ สำหรับสิ่งที่เขาทำเพื่อลูกชายของคุณ
เขาอาจจะยากจนแต่เขาไม่ใช่คนที่จะเอาเงินไปรับใช้เทพ
ฉันเห็นเขาเลี้ยงเทพตั้งแต่วันแรก สำหรับเขาแล้ว
เทพคือชีวิต ความรัก และความหวังทั้งหมดของเขา
เขาไม่มีวันลืมเทพ
ฉันยังไม่ได้เปิดแพ็กเก็ตหรือตรวจสอบเนื้อหา
คุณสามารถนำมันกลับไปด้วยได้"
พูดแล้วเธอก็ยื่นเงินให้เขาและรอการตอบกลับ

Rudra Narayan
รู้สึกประหลาดใจที่ได้เห็นผู้คนที่มีอุปนิสัยและศรัทธาอันแรง
กล้าเช่นนี้ แม้จะยากจนข้นแค้น พวกเขาไม่ได้แตะต้องเงิน
แต่เห็นคุณค่าความสัมพันธ์ของพวกเขา
ความซื่อสัตย์ของพวกเขาชนะใจ Rudra Narayan
เมื่อเห็นว่ารุทระ นารายันไม่พูดอะไร

หญิงสาวจึงอ้อนวอนให้เขาช่วยน้อย
เธอสงสารน้อยเพราะเขาเป็นเด็กกำพร้ามาทั้งชีวิตและโหยหาความรักความผูกพันตั้งแต่เด็ก

เธอเล่าว่าเทพกับน้อยแยกกันไม่ออกระหว่างอยู่ที่นี่
น้อยดูแลเทพเหมือนแม่
เขาเป็นผู้พิทักษ์และเป็นเพื่อนกับเทพและรักเขามากกว่าชีวิตของเขา จากนั้นเธอก็ขอร้องว่าถ้าเป็นไปได้ Rudra Narayan ปล่อยให้พวกเขาอยู่ด้วยกันตลอดไป
เธอยอมรับว่าฟังดูน่าอึดอัด
แต่ชาวบ้านทุกคนที่นี่ต้องการให้พวกเขามีความสุขและอยู่ด้วยกัน ท้ายที่สุดแล้ว
สองชีวิตและความสุขของพวกเขามีน้ำหนักมากกว่าสถานะทางสังคมและกฎเกณฑ์

Ani, Em และ Bun กอด Pavel และเริ่มร้องไห้
พวกเขาถามเขาซ้ำๆ ว่าเขาไปไหน
พวกเขารู้สึกว่าเขาได้พรากจิตวิญญาณและความสุขของหมู่บ้านไปกับเขา
พวกเขาเล่าว่าการไม่อยู่ของเขาส่งผลเสียต่อโนอิอย่างไรและเริ่มสะอื้นไห้อีกครั้ง
พาเวลปลอบพวกเขาอย่างอ่อนโยนและสัญญาว่าจะไม่ทิ้งพวกเขาไปอีก

รูดรา นารายันถามหมอว่าจะพาน้อยไปกรุงเทพฯ
ได้หรือไม่
เพื่อให้ความช่วยเหลือทางการแพทย์อย่างเหมาะสม
หมอยืนยันว่าใช่

สปอนดอนกังกูลิ

หลังจากนั้นเขาก็บอกเพื่อนบ้านว่าพวกเขากำลังพาน้อยไปที่เมืองและจะทำทุกอย่างเพื่อให้เขากลับมามีสุขภาพแข็งแรง

จากนั้นแพทย์ได้แนะนำมาตรการป้องกันที่ควรปฏิบัติในระหว่างการเดินทาง Rudra Narayan
รับรองกับชาวบ้านว่าทุกอย่างจะเรียบร้อยดี
และยินดีต้อนรับพวกเขาไปที่บ้านของเขาเพื่อพบกับ Pavel และ Noi ได้ทุกเมื่อ
นอกจากนี้เขายังใช้เวลาขอบคุณชาวบ้านทุกคนที่ช่วยให้ Pavel ฟื้นตัวจากการบาดเจ็บของเขา
เขารู้สึกขอบคุณทุกคนสำหรับความรักและความห่วงใยที่พวกเขามีให้กับ Pavel
และบอกว่าเขาไม่สามารถตอบแทนพวกเขาได้

ดวงตาของพาเวลไม่สามารถเก็บความสุขไว้ได้
พวกเขาเปล่งประกายด้วยความยินดี
เขาขอบคุณพ่อที่รับหนูน้อยเข้ามาในครอบครัว Rudra Narayan ตอบว่า

"การที่หนูน้อยอยู่กับเราไม่ได้หมายความว่าฉันยอมรับความสัมพันธ์ของคุณ หยุดเพ้อฝันและกลับสู่ความเป็นจริงซะ!"
เขาดุ เมื่อได้ยินเช่นนี้
ใบหน้าของพาเวลก็ซีดลงและถอนตัวออกมา นาย Rudra Narayan
พยายามอย่างหนักที่จะควบคุมเสียงหัวเราะของเขา
จากนั้นหัวเราะออกมาและพูดว่า

"โอ้ลูกเอ๋ย เจ้าคือโลกทั้งใบของเรา ที่รักของเรา
จะทำร้ายนางฟ้าผู้น่ารักได้อย่างไร?
ฉันรักคุณมากลูกชายของฉัน ฉันล้อเล่น."

พาเวลกอดพ่อและขอบคุณอีกครั้ง Rudra Narayan
จูบหน้าผากของลูกชายของเขาแล้วพูดว่า

"ขอพระเจ้าอวยพรลูก
ขอพระองค์ทรงประทานความรักและความสุขทั้งหมดแก่ลูก
โดยลูกไม่ควรรู้สึกว่างเปล่า"

"ผมรักพ่อ ผมรักคุณและแม่"
พาเวลพูดและกอดพ่อของเขา

~: *จุดจบ* :~

บทส่งท้าย

ในที่สุด พาเวลกับน้อยก็ได้มาพบกัน หลังจากที่พ่อของพาเวลตกลงในความสัมพันธ์ของทั้งคู่ ดังคำกล่าวที่ว่า ทุกอย่างจบลงด้วยดี หรืออาจจะไม่!

- คุณคิดว่ามีบางอย่างผิดปกติหรือไม่?
- คุณอยากรู้ไหมว่าเกิดอะไรขึ้นกับ Ravi Narayan Dutt ลุงของ Pavel และ Shekhar Narayan Dutt ลูกชายของเขา
- อะไรคือสาเหตุของการกระทำที่ชั่วร้ายของ Ravi Narayan Dutt ต่อพี่ชายของเขา?
- คุณคิดว่ามีอะไรอีกบ้างที่ต้องขุดค้นจากอดีต?
- แล้วหนูน้อยคือใคร?

ความสัมพันธ์ของเขากับครอบครัวที่ใช้นามสกุล 'สุขสองวัง' เป็นอย่างไร?

คำตอบของทุกคำถามจะถูกเปิดเผยในภาคต่อของเรื่องนี้ ดังนั้นโปรดอดทนรอส่วนที่สองของซีรีส์นี้

www.ingramcontent.com/pod-product-compliance
Lightning Source LLC
La Vergne TN
LVHW041711070526
838199LV00045B/1298
9789359205564